हुषार म्हातारी

आणि

इतर गोष्टी

कनक बुक्स

कनक बुक्स

हुशार म्हातारी आणि इतर गोष्टी

Hushar Mhatari ani Itar Goshti

प्रथम आवृत्ती : २०१२

ISBN 978-81-8483-426-0

© डायमंड पब्लिकेशन्स, पुणे

अक्षरजुळणी
अक्षरवेल, दत्तवाडी, पुणे

मुखपृष्ठ
शाम भालेकर

आतील चित्रे
राजेंद्र गिरधारी

मुद्रक
Repro India Ltd, Mumbai.

कनक बुक्स
कुमारवाङ्मय विभाग, डायमंड पब्लिकेशन्स, पुणे
१२५५ सदाशिव पेठ, लेले संकुल, पहिला मजला
निंबाळकर तालमीसमोर, पुणे ४११ ०३०.
☎ ०२० – २४४५२३८७, २४४६६६४२

diamondpublications@vsnl.net
www.diamondbookspune.com

मूल्य : ₹ ५०

अनुक्रम

१. हुशार म्हातारी

राजा भोज आणि माघ पंडित एकदा राजधानीत फेरफटका मारत होते. पुढे त्यांना गावाबाहेर एक जंगल लागलं. गप्पा मारण्याच्या नादात रात्र कधी झाली, हे त्यांना समजलंच नाही. ते जंगलात अडकले. त्यांना राजधानीकडे जाण्याचा रस्ताच दिसेना.

राजा म्हणाला, ''पंडित माघ, आता कसं करायचं?''

माघ म्हणाला, ''त्या झोपडीकडे चला. तिथं एक म्हातारी असते. आपण तिलाच विचारू.''

ते दोघेही म्हातारीकडे आले आणि त्यांनी विचारलं, ''हा रस्ता कुणीकडे जातो?''

ती म्हणाली, ''हा रस्ता इथंच असतो. ह्या रस्त्यावरून जाणारे लोक जात असतात. तुम्ही कोण आहात?''

''आम्ही प्रवासी आहोत!'' राजाने उत्तर दिलं.

''प्रवासी फक्त दोनच असतात. एक सूर्य आणि दुसरा चंद्र. खरं सांगा! तुम्ही कोण आहात?''

''आम्ही पाहुणे आहोत!''

''पाहुणे फक्त दोनच असतात. एक तारुण्य आणि दुसरा पैसा! ते येतात नि जातात. मला खरं सांगा, तुम्ही कोण आहात?''

भोजराजा म्हणाला, ''मी राजा आहे!''

''राजे फक्त दोनच आहेत. एक इंद्र आणि दुसरा यमराज! आता मला सांगा, तुम्ही कोण आहात?'' म्हातारीने विचारलं.

''आम्ही क्षमावंत आहोत!''

''मुळीच नाही. पृथ्वी आणि स्त्रीच फक्त क्षमावंत असते. बोला! तुम्ही कोण आहात?''

''आम्ही साधू आहोत!''

''छे. ते शक्य नाही. शनी आणि संतोष हे दोघेच खरे साधू आहेत. तुम्ही कोण आहात?''

"आम्ही तर परदेशी आहोत," राजाने उत्तर दिलं.

"ह्या जगात परदेशी असलेल्या दोनच गोष्टी आहेत. एक जीव आणि दुसरं झाडाचं पान! आता तरी सांगा, तुम्ही कोण आहात?" म्हातारीने हसत-हसत विचारलं.

"आम्ही गरीब आहोत," पंडित माघ म्हणाला.

"बकरा आणि मुलगी ह्या दोघांची गरिबी प्रसिद्ध आहे. आता तरी खरं सांगा, तुम्ही दोघं कोण आहात?" म्हातारीने विचारलं.

"आम्ही चतुर आहोत!" पंडित माघ म्हणाला.

"चतुर फक्त दोनच असतात. अन्न आणि पाणी. तुम्ही कोण आहात? आता तरी खरं सांगा!"

त्या म्हातारीचं बुद्धिवैभव पाहून ते दोघंही दिपून गेले.

माघ पंडित म्हणाला, ''आम्ही हरलो.''

म्हातारी म्हणाली, ''छे छे! ह्या जगात कर्जदार आणि मुलीचा बाप हे दोघंच हरलेले असतात. आता तरी खरं बोला!''

राजा भोज आणि पंडित माघ दोघंही चकित झाले. त्यांना उत्तर सुचेना.

ते दोघं म्हणाले, ''आई! आम्हाला काही कळत नाही. आता तूच सांग आम्ही कोण आहोत ते!''

ती म्हातारी म्हणाली, ''तू भोजराजा आहेस आणि तू पंडित माघ आहेस. चला, मी तुम्हाला उज्जैनकडे जाण्याचा रस्ता दाखवते.''

भोजराजाने त्या वृद्धेचा दरबारात सत्कार केला आणि तिला एक हजार सुवर्णमोहरा देऊन तिच्या बुद्धिवैभवाचं कौतुक केलं.

❦

२. भोपळ्यात ठेवले म्हणून वाचले

एक होती म्हातारी.
ती दिवसभर काम करी.
मिळालेले पैसे साठवून ठेवी.
एकदा काय गंमत झाली –
रात्रीची वेळ होती.
अंधार पडला होता.
म्हातारी झोपली होती.
एक चोर आला.
तो झोपडीत शिरला.
म्हातारीचे पैसे शोधू लागला.
चोराने खूप शोधले;
पण पैसे काही सापडेनात!
मग चोराला आला राग.
तेवढ्यात त्याला भोपळे दिसले.
त्याने एक भोपळा घेतला...
दिला फेकून रस्त्यावर!
दुसरा भोपळा घेतला
दिला टाकून रस्त्यावर!
सगळे भोपळे घेतले.
रस्त्यावर भराभर फेकले.
तेवढ्यात झाली गंमत.
रस्त्याने एक शिपाई चालला होता.
चोराने भोपळा फेकला;
तो शिपायाच्या डोक्यावर पडला.
ठसकन लागला, रस्त्यावर आपटला
आणि ताडकन फुटला.

खळ्कन आवाज झाला.
भोपळ्यातले पैसे बाहेर आले.
रस्यावर सारे पैसेच पैसे झाले!
तो आवाज म्हातारीने ऐकला.
ती जागी झाली आणि ओरडली,
''चोर! चोर! पकडा तो हरामखोर!''
मग शिपायाने चोराला पकडले.
चोराला शिक्षा झाली.
म्हातारीला पैसे परत मिळाले.
म्हातारी म्हणाली,
''भोपळ्यात ठेवले म्हणून वाचले.''

३. दोघांचे भांडण

एक होता कोल्हा
एक होता लांडगा.
ते दोघे सोबती होते.
ते रानात बरोबर हिंडायचे.
बरोबर खायचे. बरोबर पाणी प्यायचे.
एकदा काय झाले -
ते दोघे शिकारीला गेले
खूप खूप फिरले.
तरी शिकार सापडलीच नाही.
ते थकले, दमले.
त्यांना सपाटून भूक लागली.
शेवटी त्यांना एक ससा सापडला.
त्यांनी सशाला मारले आणि खाल्ले.
पण भूक काही भागली नाही!
कोणाचेच पोट भरले नाही!
मग ते लागले एकमेकांशी भांडायला.
कोल्हा म्हणाला, ''लांडग्या, तू जास्त खाल्लंस;
म्हणून मी उपाशी राहिलो!''
लांडगा म्हणाला, ''कोल्ह्या,
तू जास्त खाल्लंस;
म्हणून मी उपाशी राहिलो!''
असे त्यांचे जोराचे भांडण चालले.
कोणीच कोणाला ऐकेना.
भांडण काही संपेना!

शेवटी ते दोघे गेले वाघोबांकडे.
कोल्हा प्रथम पुढे झाला.
आणि वाघोबाला हळूच म्हणाला,
"वाघोबा, तुम्हाला भूक लागली आहे ना?
मग ही पहा, मी तुमच्यासाठी शिकार आणलीय!"
वाघोबाला लांडग्याची आयती शिकार मिळाली.
वाघाने लांडग्यावर झडप घातली.
वाघाने लांडगा मारला आणि खाऊन टाकला.
पण वाघाची भूक काही भागली नाही.
वाघ म्हणाला, "कोल्ह्या, माझं पोट भरलं नाही.
मी तुला मारणार, खाणार. माझं पोट भरणार!"
मग वाघाने कोल्ह्याला ठार मारले आणि खाल्ले.
मरताना कोल्हा म्हणाला, "दोघांचं भांडण,
तिसऱ्याला लाभ, असं म्हणतात तेच खरं!"

४. बोलका हिरा

एक होता मजूर.
त्याला होता एक मुलगा.
मुलाचे नाव होते हरी.
हरी मोठा झाला.
तो मजुरी करू लागला.
हरी सकाळीच उठायचा.
रानावनात जायचा.
दिवसभर काम करायचा.
खूप मेहनत करायचा.
एकदा तो विहीर खणत होता.
टिकावाने खडक फोडत होता.
घावावर घाव मारत होता.
त्याचा घाम निथळत होता.
इतक्यात काहीतरी चमकले.
हरीने वाकून नीट पाहिले.
तो होता छानदार हिरा.
हरीने हिरा हातात घेतला.
तोच काय नवल!
हिरा बोलू लागला.
तो हरीला म्हणाला,
"गड्या, तू फार मेहनती आहेस.
मला तू घामाची अंघोळ घातलीस,
म्हणून मी तुझ्या हाती आलो.
तू मला राजाकडे घेऊन चल.
तुझं नशीब उघडेल. तू सुखी होशील!"
हरीने तो हिरा घेतला.
तो राजाकडे गेला.

राजाजवळ राजकन्या उभी होती.
तो हिरा तिने पाहिला.
ती ओरडली, ''हा माझा हिरा.''
हरी म्हणाला, ''हा माझा हिरा.''
राजाला काहीच कळेना.
राजा म्हणाला, ''हा हिरा कोणाचा?''
तेवढ्यात तो हिराच बोलू लागला.
तो म्हणाला, ''मी दोघांचाही आहे.
कसा ते सांगतो.''
राजा, तुझी ही राजकन्या
मागच्या जन्मी आजी होती.
तुझ्या वडिलांची आई होती.
तिच्या अंगठीत मी होतो.
ती एकदा रानात गेली.
तिच्या अंगठीतून मी पडलो
आणि गडगडत विहिरीत गेलो.
आजी वारली, विहीर बुजली.
आता इतकी वर्षे झाली.
ती विहीर पुन्हा खणली.
हरीने खूप मेहनत केली.
त्याने मला घामाची अंघोळ घातली.
मी त्याच्या हाती आलो.
ती तुझी आजी आता राजकन्या आहे.
मी तिचा आहे आणि हरीचाही आहे.''
राजाला आनंद झाला.
त्याने राजकन्येचे लग्न हरीशी लावले.
बोलका हिरा त्या दोघांजवळ राहू लागला.
हरीचे नशीब उजळले.
हिऱ्याने हरीला राजा केले.

५. गरम शिरा

एका गावात एक मुलगा होता.
त्याला घर नव्हते, दार नव्हते,
मायेचे कोणी माणूस नव्हते.
तो दिवसभर हिंडायचा.
रात्री देवळात पडून राहायचा.
तो थोडं चकणा पाहायचा.
म्हणून लोक त्याला 'चकणोबा' म्हणत!
एकदा त्याला झोप येईना.
म्हणून तो उठला, वेशीजवळ गेला
आणि बसला एकटाच गोट्या खेळत.
तेवढ्यात एक चोर आला.
त्याने चकणोबाला पाहिले.
तो जवळ आला तेव्हा चकणोबा म्हणाला,
''कोण रे तू? कुठं चाललास सांग!''
मुलगा म्हणाला, ''माझं नाव चकणोबा!
मी आपला बसलोय गोट्या खेळत!''
चोर म्हणाला, ''चकणोबा,चला आमच्या बरोबर!
मी गुपचूप काम करीन. तुम्हाला खाऊ खायला देईन!''
दोघे जण निघाले.
ते एका म्हातारीच्या घरात शिरले.
म्हातारी एकटीच होती.
ती डाराडूर झोपली होती.
चोर सामान तपासू लागला.
त्याने एका मडक्यात हात घातला.
त्यात होता रवा, दुसऱ्यात होती साखर...
आणि तिसऱ्यात मिळाले तूप!

चोर म्हणाला, ''चकणोबा, आता चूल पेटवा.
गरमागरम शिरा करा. तुम्ही खा. मला द्या.''
चकणोबा बसले शिरा करायला.
चोर लागला पैसे शोधायला.
चुलीजवळच म्हातारी झोपली होती.
शिरा तयार झाला. तेवढ्यात गंमत झाली.
म्हातारी या कुशीवरून त्या कुशीवर वळली.
तिचा हात चुलीपुढे पसरला गेला.
चकणोबाला वाटले, बिचारी शिरा मागत आहे.
त्याने गरमागरम शिरा काढला
आणि म्हातारीच्या हातावर ठेवला.
म्हातारीचा हात पोळला.
ती ताडकन उठली.
चकणोबा पळून गेला.
म्हातारीने चोराला धरले
आणि काठीने झोडपून काढले.
म्हातारी ओरडत होती.
चोर रडत पाया पडत होता.
चकणोबा धावत आला.
त्याने म्हातारीला मदत केली.
तो चोराला चोपून काढू लागला.
चोर म्हणाला,
''असं कसं केलंस वेडपट पोरा!
म्हातारीच्या हातावर गरम गरम शिरा!
कुठून मला सुचलं, तुला बरोबर घेतलं!
खाऊ चांगला मिळाला. चांगलं फळ मिळालं!''
शेजारचे लोक आले. त्यांनी चोराला पकडले.
चोराला शिक्षा झाली. चकणोबाला बक्षीस मिळाले.

६. मोती पेरत नसतात

राजकुमाराचा आज वाढदिवस होता.
थाटाचा दरबार भरला होता.
कोणी सोन्याच्या अंगठ्या, तर कोणी हिरे!
कोणी भरजरी कपडे, तर कोणी हत्यारे!
अशा भेटवस्तू राजकुमाराला दिल्या.
तेवढ्यात एक शेतकरी पुढे आला.
त्याने एक कणीस राजकुमाराला दिले.
ते कणीस पाहून साऱ्यांना नवल वाटले.
मक्यासारखे दिसायचे,
पण ते होते मोत्यांचे.
‘‘माझ्या शेताने हे मला दिले.’’
शेतकऱ्याने साऱ्यांना सांगितले.
दरबार संपला. लोक घरी गेले.
‘मोत्याचं कणीस शेताने दिले -
आपल्याही शेतात अशीच कणसं येतील
तर किती मजा! सारे सुखी होतील.’
राजकुमाराने असा विचार केला.
बागेत कणसातला मोती एकेक पेरला.
खत दिले, पाणी दिले. तण, गवत काढले.
मशागत केली. सहा महिने झाले.
एकही झाड उगवले नाही.
मोत्याच्या कणसांचा पत्ता नाही!
मग त्या शेतकऱ्याला बोलावून आणले.
राजकुमाराने सारे त्याला सांगितले.
शेतकरी हसला. तो राजकुमाराला म्हणाला,

''मोती पेरत नसतात. फळ येतं कष्टाला!
पंचवीस वर्षे मळ्यात मी मका पेरतो.
मशागत करून पीक भरपूर काढतो.
मका विकून पंचवीस मोती दरसाल आणतो.
टपोरे मोती निवडून साठवून ठेवतो.
त्या मोत्यांचं कणीस तयार केलं आहे.
माझ्या हुशार मुलीची ही कला आहे.
कणसाची गुंफण कशी सुरेख केली आहे!
कष्टाचं फळ आणि कलेचा नमुना नजर केला आहे.''
राजाला ते कळाले, त्याने मुलीचे कौतुक केले.
अशा गुणी मुलीला राजाने सून केले.
सुनेने पुढे राज्यात शेती सुधारणा केली.
त्यामुळे सारी प्रजा खरी सुखी झाली.

७. झाडावरचे मासे

एक होता लाकूडतोड्या.
तो जंगलात जायचा,
लाकडे तोडायचा,
मोळी विकायचा,
संसार करायचा.
एकदा त्याला जंगलात...
पैशांचा हंडा सापडला.
त्याने सांगितले बायकोला.
बायको होती बडबडी मावशी.
तिने सांगितले शेजारणीला.
ते कळले फौजदाराला.
मग लाकुडतोड्या घाबरला.
''सरकार धन नेईल! काय करावं?''
लाकुडतोड्याने विचार केला.
तो बाजारात गेला.
त्याने मासे विकत घेतले.
पोळ्या आणि बिस्किटे घेतली.
दोन ससे विकत घेतले.
मग तो गेला रानात.
त्याने झाडावर मासे अडकवले.
झाडाला पोळ्या बांधल्या.
फांद्यांना बिस्किटे लटकवली.
नदीच्या पाण्यावर भोपळे सोडले,
त्यावर ससे तरंगत ठेवले

आणि तो घरी आला.
तो बायकोला म्हणाला,
''चला, आपण हंडा आणू!''
ती दोघे रानात गेली.
झाडावरले मासे पाहून
ती ओरडली, ''हे काय नवल!''
तिने मासे टोपलीत घेतले.

झाडावरील पोळ्या पाहिल्या.
ती ओरडली, ''हे काय नवल!''
तो बायकोला म्हणाला,
''रात्री पोळ्याबिस्किटांचा पाऊस पडला.''
तिने पोळ्या-बिस्किटे टोपलीत घेतली.
नदीत तरंगणारे ससे पाहिले...
ती ओरडली, ''हे काय नवल!''
तो म्हणाला, ''हे आहेत पाणससे!''
तिने ते ससेही टोपलीत घेतले.
झाडाखाली हंडा पुरला होता.
तो म्हणाला, ''उद्या नेऊ हंडा!''
मग ती दोघे घरी आली.
दारात फौजदार आले होते.
ते म्हणाले, ''पैशांचा हंडा कुठे आहे?''
लाकूडतोड्या म्हणाला,
''कोणी सांगितलं तुम्हाला?''
ते म्हणाले, ''तुझी बायको सांगते.''
तो म्हणाला, ''बायको आहे वेडी!
माझ्यासमोर विचारा तिला.''
फौजदार म्हणाले, ''बाई कुठं गेली होतीस?''
ती म्हणाली, ''जंगलात फिरायला,
झाडावरले मासे आणायला!
रात्री पोळ्या-बिस्किटांचा पाऊस पडला.
हा पहा, पाणससाही मी आणला!''
फौजदार लागले हसायला.
ते म्हणाले, ''खरंच की!
ही आहे बडबडी मावशी.
काहीतरीच बोलते वेड्यासारखी!

झाडावर कुठं मासे असतात ?
पावसात कुठं पोळ्या पडतात ?
पाण्यावर कुठं ससे तरंगतात ?
पैशांचे कुठं हंडे सापडतात ?"
फौजदारसाहेब निघून गेले.
बडबड्या मावशीला लोक हसले.
रस्त्याने तिला चिडवू लागले,
"झाडावरचे मासे,
पोळ्या, बिस्किट, ससे!
वेडे, आणलेस कसे ?
अगं ए, बडबड्या मावशे!"
काही दिवसांनी लाकुडतोड्याने
पैशांचा हंडा आणला.
तो सुखाने संसार करू लागला.

७०७०

८. चिमणी आणि कुत्रा

एक होते शेत.

शेतात होती विहीर.

विहिरीजवळ डबके साचले होते.

डबक्यात होता चिखल.

चिखलात एक चिमणी पडली होती.

तिकडून आला एक कुत्रा.

चिमणीने कुत्रेदादाला पाहिले.

ती त्याला म्हणाली, ''दादा,

मला या चिखलातून काढ!''

कुत्रा म्हणाला, ''काढीन;

पण तुला खाऊन टाकीन!''

चिमणी म्हणाली, ''खा बाबा!''

कुत्रेदादाने चिमणीला चिखलातून काढले.

मग तो तिला खाऊ लागला.

चिमणी म्हणाली, ''बाबा रे...

चिखली माखली खातोस ऽ

धुऊन नाही खात?''

कुत्रेदादाने पाणी घेतले.

चिमणीला धुऊन काढले.

मग तो तिला खाऊ लागला.

चिमणी म्हणाली, ''बाबा रे, ...

हिरवी कच्ची खातोस ऽ

भाजून नाही खात?''

कुत्रेदादाने चिमणीला दगडावर ठेवले...

आणि तो गेला काटक्या आणायला.

त्याने काटक्या आणल्या. पाहतो तर काय?
चिमणी दगडावर कुठे आहे?
ती गेली होती उडून.
ती बसली होती झाडावर.
म्हणते कशी ऐटीने...
''भिरी भिरी पाहतोसऽ
आता शेण नाही खात?''
चिमणी गेली भुर्रकन उडून.
कुत्रा पाहतच राहिला.
तो मनात म्हणाला, 'चिमणी शहाणी ठरली.
माझी फजिती झाली!'

ॐ

९. कोंबड्याचं लग्न

एक होता कोंबडा.
त्याला सापडला पैसा.
तो गेला दुकानात.
त्याने घेतला गूळ.
गूळ दिला मुंग्यांना.
मुंग्या झाल्या खूष!
त्या कोंबड्याला म्हणाल्या,
''कोंबडेदादा, कोंबडेदादा,
तुला काय पाहिजे?''
कोंबडा म्हणाला, कोऽ कोऽ कोऽ...
– मला पाहिजे बायको!''
मुंग्यांनी विचार केला,
'कोंबडा दिसतो ऐटदार...
त्याला बायको हवी छानदार!'
मग मुंग्या गेल्या राजवाड्यात.
राजाचे खूप हत्ती होते.
मुंग्या शिरल्या हत्तींच्या कानात
आणि लागल्या चावायला.
हत्ती पडले जमिनीवर,
लागले गडबडा लोळायला.
ते राजाला कळाले.
राजा घाबरला.
तो मुंग्यांना म्हणाला,
''काय पाहिजे तुम्हाला?''

मुंग्या म्हणाल्या, ‘‘राजा,
तुझी मुलगी आहे ना?
ती देऊन टाक कोंबड्याला!’’
राजाने ते कबूल केले.
मग कोंबडेदादांबरोबर
राजकन्येचे लग्न लागले.
राजाचे हत्ती चांगले झाले.
कोंबड्याची वरात हत्तीवर मिरवली.
कोंबड्याला आनंद झाला.
तो ऐटीने ओरडत चालला,
‘‘को को ऽ को ऽ ऽ
राजाची लेक माझी बायको!’’

१०. कोल्होबा झाला नवरदेव

एका रानाजवळ एक धनगर राहत होता. त्याने आपल्या मेंढ्यांसाठी घराजवळच एक मोठाच्या मोठा मेंढवाडा बांधून घेतला होता आणि त्या मेंढ्यांचं रक्षण करण्यासाठी त्याने एक कुत्र्याचं कुटुंबच पाळलं होतं, ज्यात राजा आणि मोती हे दोघं भाऊ आणि मीनी आणि कांती या त्यांच्या दोन बहिणी होत्या. धनगर या चारही कुत्र्यांच्या कामावर खूश होता. लांडगा, कोल्हा यांना त्या बाजूला यायचं धाडसच होत नसे, इतके ते या कुत्र्यांना भिऊन असत.

पुढेपुढे तो धनगर महिनेच्या महिने बाहेरगावी जाऊ लागला, पण त्याला मेंढ्यांची कधी काळजी वाटेना. एवढी कुत्र्यांवरची कामगिरी कुत्रे चोख बजावत असल्यामुळे धनगर निश्चिंत असे.

बरेच दिवस त्या रानात काढल्यामुळे ते कुत्रेही सर्वांना ओळखून होते. हळूहळू त्यांची एका लांडग्याशी बरीच ओळख वाढली. तो लांडगाही हुशार होता. त्याने एक-दोनदा कुत्र्यांना कोल्हा त्यांच्या घराकडे केव्हा येणार होता, त्याची बातमीही दिली होती. त्यामुळे कुत्र्यांचा लांडग्यावरचा विश्वास वाढून ते त्याच्याशी मैत्रीने वागू लागले होते. तो लांडगा मात्र चुकूनही त्यांच्या घराकडे फिरकत नव्हता. त्यामुळे कुत्रेही त्याच्या बाबतीत विश्वास ठेवून होते.

राजा आणि मोती रानात हिंडत. मिनी आणि कांती घरातच राहून राखणीचे काम करत. त्याचबरोबर सर्वांचे जेवण करायचे कामही त्याच करत. राजा आणि मोती निरनिराळे प्राणी मारून आणत आणि दोघी बहिणी त्या प्राण्यांचं मांस शिजवून छान छान स्वयंपाक करत. आता त्या दोघीही मोठ्या झाल्या होत्या; सुंदर दिसू लागल्या होत्या. राजा आणि मोती यांच्या मनात विचार आला की, आता आपण आपल्या बहिणींचं लग्न करावं.

एकदा रानात हिंडायला गेलेले असताना राजा मोतीला म्हणाला, ''मोती, मला वाटतं आपण आता मिनीताईचं लग्न करून टाकूया.''

''अगदी माझ्या मनातलं बोललास, राजादादा,'' मोती म्हणाला. पुढे मोती

राजाला हळू आवाजात म्हणाला, ''दादा, माझ्या मनात एक नवी कल्पना आली आहे, तुला पसंत पडली तर बघ, नाहीतर सोडून देऊ.''

''काय ते सांग तर!''

''हे बघ दादा, वर्षानुवर्षं आपण मेंढ्यांची राखण करतोय. लांडगा आणि कोल्हा या दोघांशी आपण खूप भांडलोय. आता तो जो एक लांडगा आपला मित्र झालाय, तो खूप चांगला आणि विश्वासू आहे. त्याच्याशीच जर आपल्या मिनीताईचं लग्न झालं, तर आपली दोन कामं होतील. लांडग्याची भीती कायमची दूर होईल आणि आपल्या या नव्या संबंधाने आपली शक्तीही वाढेल,'' मोत्याची कल्पना सांगितली.

''छान! चांगली कल्पना आहे; पण मोती, आपण आधी मिनीताईला विचारू, आणि मगच लांडगेभाऊशी बोलू.''

त्यानंतर एके दिवशी मिनी, कांती, राजा आणि मोती असे सर्व जण झोपडीबाहेरच्या लाकडी टेबलापाशी बसून जेवत होते. त्यावेळी राजाने मिनीच्या लग्नाचा विषय काढला. मोतीने सांगितलेली कल्पनाही त्याने मिनीला सांगितली. तिलाही ती आवडली. कांतीलाही कल्पना पसंत पडली.

त्यानंतर राजा आणि मोती रानात फिरायला गेलेले असताना लांडगेभाऊकडे गेले. त्यांच्या इकडच्या-तिकडच्या गप्पा झाल्या. मग राजाने लांडग्याला लग्नाविषयीची कल्पना सांगायला सुरुवात केली. तेवढ्यात आसपास कोणीतरी असल्याचा संशय आला होता. सर्वांनी सभोवार शोध केला, पण त्यांना कोणीच दिसले नाही.

कसे दिसणार? लबाड कोल्होबा एका कोपऱ्यात दडून, चोरून त्यांचं बोलणं ऐकत बसला होता. अलीकडे राजा, मोती आणि लांडगेभाऊ यांची मैत्री वाढत असल्याचं पाहून कोल्होबा लांडगेभाऊच्या पाळतीवर असत. आज राजा आणि मोती जेव्हा लांडगेभाऊकडे आले, तेव्हापासूनच तो लपून त्यांचं भाषण ऐकत होता. कोल्होबा मोठ्या हुशारीने लपल्यामुळे सापडला नाही.

आपल्याला भास झाला असेल, असं समजून राजा आणि मोती पुन्हा लांडगेभाऊकडे येऊन बोलू लागले. त्यांनी लांडगेभाऊला मिनीविषयी सांगून लग्नाची कल्पना बोलून दाखवली. लांडगेभाऊंनी विचार करण्यासाठी थोडा वेळ मागून घेतला. त्या सर्वांनी दुसऱ्या दिवशी पुन्हा भेटायचं ठरवलं हे सर्व कोल्होबाने ऐकलंच होतं.

लांडगेभाऊंनी विचार केला की, 'एवीतेवी राजा आणि मोती आहेत, तोवर आपल्याला त्यांच्या मेंढ्या मारायला नि खायला काही मिळणार नाहीत. तेव्हा त्यांच्या

बहिणीशी आपलं लग्न झालं, तर निदान शत्रुत्व तरी संपेल. पुढे संधी आली, तर आपल्या हुशारीने फायदा करून घेता येईल. त्यावेळी आपण मिनीचा नवरा म्हणून आपल्याला त्रासही होणार नाही. तेव्हा लग्नाला संमती द्यायची, असं ठरवून लांडगेभाऊ दुसऱ्या दिवशी राजा आणि मोतीची वाट पाहू लागले.

कोल्होबाही येऊन त्याच जागी कान टवकारून लपून बसले.

राजा आणि मोती आले. लांडगेभाऊंनी मिनीताईशी लग्न करण्याचं मान्य केलेलं ऐकून त्यांना आनंद झाला. त्यांनी लांडगेभाऊंना केव्हातरी येऊन मिनीला पाहून जायला सांगितलं. तेव्हा लांडगेभाऊ म्हणाले, ''राजा, मोती, मी अवश्य येईन. पण मला हरणाच्या कातड्याचा नवा पोषाख करायचा आहे. तो झाला की, मी येईन.''

राजा आणि मोती गेले, त्यांनी घरी जाऊन मिनी आणि कांतीला सगळं सांगितलं.

आता कोल्होबाने स्वत:ची हुशारी दाखवायचं ठरवलं. त्याच्या मनात नाटक करण्याची कल्पना आली. त्याने लगेच तयारीला आरंभ केला. प्रथम त्याने दोन हरणं मारली. त्या हरणांचं मांस खाऊन कोल्होबाने हरणाची कातडी स्वच्छ करून घेतली. नंतर त्याने त्या हरणांच्या कातड्यांचा सुंदर पोषाख बनवला.

'कोट, पँट आणि बूट. कपडे तर मोठे ऐटदार झाले! पण आपलं तोंड कुठं झाकतंय?' हा विचार मनात येताच कोल्होबाने एक ससा मारून त्याच्या कातड्याची टोपी केली. 'आता सगळं छान जमलं!'

आपला नाटकी पोषाख घालून कोल्होबा राजा आणि मोती यांच्या पाळतीवर राहू लागला. एकदा ते दोघे घराबाहेर पडल्याचे पाहून कोल्होबा सरळ त्यांच्या घरी गेला.

''काय, राजा - मोती आहेत का घरात? म्हटलं, या बाजूला आलोच होतो, तर त्यांना भेटून जावं.'' कोल्होबा म्हणाले. मिनी आणि कांती हा आवाज ऐकून आणि येणाऱ्या वासामुळे गोंधळल्या. त्यांनी निरखून पाहिलं, तर हरणाचा पोषाख आणि सशाची टोपी घातलेलं कुणीतरी त्यांना दिसलं. राजा आणि मोती यांनी या पोषाखात केव्हातरी लांडगेभाऊ येणार असल्याचं मिनी आणि कांती यांना सांगितलं होतं. त्यामुळे त्यांना वाटलं की, लांडगेभाऊच आले असावेत. तरी खात्री करून घेण्यासाठी त्यांनी म्हटलं, ''आम्ही आपल्याला ओळखलं नाही.''

त्यावर कोल्होबाही नाटकीपणानं हसत म्हणाला, ''साहजिक आहे. मी प्रथमच इथं आलोय. मी लांडगेराव! राजा आणि मोती माझे मित्र आहेत. आपण त्यांच्या

बहिणी का? मीही आपल्याला प्रथमच पाहतोय.''

''आपणच लांडगेराव का? राजादादाने आपल्याबद्दल सांगितलं होतं खरं. आपण आत या ना,'' मिनी म्हणाली.

''आता आत कशाला? पुन्हा येईन केव्हातरी,'' कोल्होबा नाटकीपणानं बोलला. आपला ऐटबाज पोषाख त्या दोघींना दिसावा, यासाठी त्याने एक गिरकी घेतली.

''वा! वा!, असं कसं? आता आलाच आहात, तर जेवण करूनच जा. तुम्हाला तसंच पाठवलं तर राजादादा रागावेल. या आत. आपला वेळ जाणार नाही. एकदम जेवणाच्या टेबलाशीच चला,'' कांती म्हणाली.

कोल्होबा आत जाऊन जेवणाच्या टेबलापाशी बसला.

''आपली हॅट देता का? मी तिकडे नीट ठेवते,'' मिनी म्हणाली.

पण कोल्होबा हॅट काढायला घाबरत होता. तो म्हणाला, ''नको; मी घराबाहेर पडल्यावर सहसा हॅट काढत नाही. लवकर वाढा; मला उशीर होईल.''

कोल्होबाचं हे बोलणं कांतीला जरा चमत्कारिक वाटलं, पण ती काही बोलली नाही. तिने वाढायला घेतलं.

''आज चांगलाच योग आला म्हणायचा. आज आमच्या मिनीताईने खास हरणाचं मांसच शिजवलंय,'' कांतीने कोल्होबाला हरणाचं मांस वाढलं. कोल्होबाही खुशीत जेवू लागला.

मिनी आणि कांती कोल्होबाला लांडगेराव समजून आग्रह करत होत्या. तेवढ्यात लांबून भुंकण्याचा आवाज आला. लगेच कोल्होबा उठला नि आपल्याला उशीर होतो आहे, असं म्हणत चटकन निघून गेला.

मिनी आणि कांती यांना आश्चर्य वाटलं!

'कदाचित लांडगेराव राजा आणि मोतीला भेटण्यासाठी लगबगीने गेले असतील,' असा त्यांनी विचार केला.

इकडे कोल्होबा जो निघाला, तो एका टेकडीवर चढला. राजा आणि मोती कोल्होबाच्या मागावर गेले. मात्र खूप शोधूनही कोल्होबा न सापडल्याने राजा आणि मोतीला मागं फिरावं लागलं आणि कोल्होबा पळून गेला.

नंतर राजा आणि मोती घराकडे परतले. त्यांना जेव्हा मिनी आणि कांती यांनी सगळा प्रकार सांगितला, तेव्हा त्यांना कोल्होबाची शंका आली. दुसऱ्या दिवशी त्यांनी लांडगेभाऊंकडे चौकशी केल्यावर त्यांची खात्रीच झाली.

मग लांडगेभाऊच्या मदतीने कोल्होबाची फजिती करायचं त्यांनी ठरवलं.

त्या दिवशी लांडगेभाऊने कोल्होबाची मुद्दाम भेट घेतली. त्या वेळी लांडगेभाऊंचा चेहरा रडवेला दिसत होता. त्यामुळे कोल्होबाने लांडगेभाऊंना विचारलं, आणि ''काय हो, काय झालं?''

''काय सांगू कोल्होबा! दुर्दैव आमचं!'' लांडगेभाऊ अधिकच दुःख करत म्हणाले.

''अहो, पण सांगा तरी काय झालं? पाहू काही मदत करता आली तर!'' कोल्होबा मोठेपणाची ऐट करत म्हणाला.

''कोल्होबा, तुम्ही काय मदत करणार? आपल्या रानात राहणाऱ्या त्या कुत्र्यांपैकी दोन भाऊ माझे मित्र होते. त्यांनीच त्यांच्या मिनी नावाच्या बहिणीशी माझं लग्न लावून द्यायचं ठरवलं होतं. पण कसचं काय नि कसचं काय!'' लांडगेभाऊ म्हणाले.

''पण नेमकं झालं काय?''

''अहो, या रानात एक मोठा श्रीमंत ने ऐटबाज लांडगा आलाय. त्याने मिनीचं मन जिंकलंय. तिला तो खूप आवडलाय. त्याने तिच्या त्या दोन्ही भावांनाही मारून टाकलंय. तो आता मिनीला त्याची बायको करणार. त्या भावांची आडकाठीही दूर झालीय. मिनी त्याच्याशीच लग्न करणार आहे, असं म्हणते,'' हे सांगताना लांडगेभाऊने रडण्याचंही नाटक केलं.

कोल्होबा हे सारं ऐकून खरंतर मनातनं खुश झाला होता, पण वर तसं न दाखवता लांडगेभाऊंची समजूत घालत तो म्हणाला, ''भाऊ, तुम्ही एवढे निराश होऊ नका. पाहू काही युक्ती सुचली तर!''

आता कोल्होबाला आनंदाच्या उकळ्या फुटत होत्या.

'दोन भाऊ मेलेले. मिनीला आपण श्रीमंत आणि ऐटबाज वाटून आवडलेले आहोत. लांडगेभाऊला तिने नकारही दिलाय. तेव्हा आपण आजच रात्री जाऊन मिनीला भेटावं' असा त्याने विचार केला.

आपला ऐटबाज पोषाख घालून कोल्होबा अगदी नवरदेवासारखा नटला. त्याने मिनीला भेट देण्यासाठी एक सबंध कोंबडी बरोबर घेतली आणि रात्री तो कुत्र्यांच्या वस्तीवर गेला. राजा आणि मोती कुठेच दिसत नव्हते. कांती आणि मिनी दोघीच होत्या. कोल्होबा लांडगेभाऊ बनून आला.

त्याने कोंबडी मिनीला भेट दिली.

तो मिनीला म्हणाला, ''मिनी, आज मी खास तुझ्यासाठी आलोय; तुझ्या भावांना शब्द दिल्याप्रमाणे मी तुझ्याशी लग्न करणार आहे.''

''खरंच? किती छान! आपण बसा ना. मागच्यासारखं आजही जेवूनच जायचं बरं का! कांती, आतलं जेवण तेवढं घेऊन ये गं,'' मिनीनेही कोल्होबाचं स्वागत केलं.

कोल्होबा ऐटीत बसला. कांती आत जायला म्हणून वळली आणि तिने मुद्दाम, धक्का देऊन कोल्होबाची हॅट पाडली नि लगेच ती ओरडली, ''अगंबाई, हा तर कोल्हा!''

त्याबरोबर लपून बसलेले राजा, मोती, लांडगेभाऊ सारे जण पुढे आले. आपल्याला एकट्याला आता या पाच जणांशी भांडावं लागणार, हे लक्षात येऊन कोल्हाबा घाबरला.

''काय, कसं नाटक केलं? अहो, लांडगेभाऊ माझा मित्रच आहे. म्हटलं, करू या जरा नाटक नवरदेव बनून!'' कोल्होबा तिथून सुटण्यासाठी म्हणाला.

''छानच नाटक करता हं तुम्ही. आता तुम्हाला आणखी एक नाटक करायचंय,'' राजा म्हणाला.

''कसलं?'' कोल्होबाने विचारलं.

''मार खाण्याचं!'' मोती गुरगुरत म्हणाला आणि त्याने पुढे झेप घेऊन कोल्होबाला खाली पाडलं. मग इतरांनीही त्याच्यावर हल्ला केला. कोल्होबाला नाटकातल्यासारखा नव्हे, तर खरंच बेदम मार बसला.

हे नाटक कोल्होबाच्या चांगलंच अंगाशी आलं!

११. सारेच कसे फसतील?

एका रानात एक उंच झाड होतं. त्या झाडावर एक कावळा राहत असे. त्याला तीन पिलं होती. कावळा दिसायला काळा आणि वागण्यात बावळा होता. त्याच्या कर्कश आवाजामुळे सगळे त्याच्यावर रागवत. शिवाय तो हुशारही नव्हता. काहीसा मूर्खच होता म्हणा ना!

त्याच झाडावर एका पांढऱ्या रंगाच्या पक्ष्याचंही घरटं होतं. या पक्ष्याचं रूप चांगलं होतं, रंग छान होता, आवाज गोड होता आणि विशेष म्हणजे तो फार हुशार होता. कावळा आणि हा पक्षी एकाच झाडावर राहत असल्यामुळे त्यांची मैत्री होती. बरेच वेळा पांढरा पक्षी कावळ्याला अक्कल शिकवायचा, संकटातून वाचवायचा.

एकदा तो पक्षी दूर आपल्या नातेवाइकांकडे गेला होता. कावळा आपली पिलं घेऊन झाडावर राहत होता. एके दिवशी तो कावळा आपल्या घरट्याजवळ झाडाच्या फांदीवर बसला असताना एक लबाड आणि नाटकी कोल्हा त्या झाडाजवळ आला.

कोल्हाने कावळ्याकडे पाहिलं. कावळ्याने आपल्या पिलांसाठी कोवळं लुसलुशीत मांस आणलं होतं. तो मांसाचा तुकडा कावळ्याच्या तोंडात होता. कोल्ह्याला ते मांस पाहून आनंद झाला. आपण कावळ्याला फसवून तो मांसाचा तुकडा कसा मिळवावा, याचा विचार कोल्हा करू लागला. लबाड आणि फसवेगिरीत हुशार असलेल्या त्या कोल्ह्याला युक्ती सुचायला फार वेळ लागला नाही.

कोल्होबाचं नाटकी बोलणं सुरू झालं,

"वा वा, काय सुरेख दिसतोस तू कावळेराव! तुझा रंग तर बघत राहावा असा आहे बघ! उन्हातान्हात हिंडूनही अगदी तुकतुकीत राहिला आहेस तू. शिवाय तुझ्या आवाजावर तर मी खुश आहे. मित्रा, मला एखादं छानसं गाणं दाखव ना म्हणून.''

कोल्होबाचे ते कौतुकाचे शब्द ऐकून तो मूर्ख कावळा खुश झाला. आपल्या तोंडात मांसाचा तुकडा आहे, हेही तो विसरला आणि आपल्या कर्कश आवाजात 'काव - काव' करू लागला. त्याबरोबर त्याच्या तोंडातला मांसाचा तुकडा खाली पडला. कोल्होबा तयारच होते. त्यांनी तो मांसाचा तुकडा वरच्यावर झेलून खायला आरंभही केला. वेडा कावळा आपला ओरडतच राहिला.

आपल्या युक्तीला कावळा फसला, हे पाहून त्या लबाड कोल्ह्याला अधिकच लोभ सुटला. त्याने कावळ्याला आणखी फसवायचं ठरवलं आणि म्हणाला, ''कावळेराव, आता मीसुद्धा उत्तम गवई होणार बरं का थोड्याच दिवसांत. परवाच एका जादूगार मित्राने एक जादूचा मंत्र दिलाय, त्यासाठी मला एक कावळ्याचं पिलू खायला पाहिजे. तुझं पिलू मी खाणारं आहे.''

''वा रे शहाण्या! मला काय वेडा समजतोस काय? मी मुळीच माझं पिलू देणार नाही.'' कावळा म्हणाला.

''कसा देत नाहीस पाहतो ना! सरळ दिलं नाहीस, तर हिसकावून घेईन!'' कोल्ह्याने धमकी दिली.

''उगीच ऐट करू नकोस. कसा हिसकावून घेतोस बघू ना. मी या उंच झाडावर! माझं घरटं, माझी पिलं या उंच झाडावर! तू येशीलच कसा इथवर?'' कावळ्याने मोठ्या ऐटीत कोल्ह्याला विचारलं. पण कोल्होबाच्या लबाड आणि हुशार डोकेबाजपणाला कावळा थोडाच पुरा पडणार होता!

''हे बघ कावळ्या, मुकाट्याने एक पिलू दे. मी सुखाने तेवढं घेऊन जातो. नाहीतर काय करीन माहिती आहे? अरे, ही पहा कुऱ्हाड मागे लटकावूनच आलोय,'' कोल्होबा आपलं शेपूट हलवीत म्हणाला.

थोडे झाडाजवळ सरकून कोल्हा पुढे म्हणाला, ''पाहिलीस ही कुऱ्हाड? या कुऱ्हाडीचे घाव घालून हे उभं झाड आडवंच करतो, म्हणजे तू आणि तुझी सगळीच पिलं मला खायला मिळतील,''

एवढं बोलून कोल्होबाने आपल्या शेपटीचा एक फटका झाडावर मारला. कावळा चांगलाच घाबरला.

त्याने 'नको!' म्हणत एक पिलू खाली टाकून दिलं. कोल्होबाने चटकन ते पिलू पकडून खाऊन टाकलं.

''शाबास कावळेराव, शहाणे आहात!'' कोल्होबा शांतपणे निघून गेले.

कावळा झाडावर बसून रडत होता. थोड्या वेळाने त्या झाडावर राहणारा पांढरा पक्षी आला. त्याने कावळ्याला रडण्याचं कारण विचारल्यावर. कावळ्याने सगळी हकिकत सांगितली.

''अरे, काय हे कावळेभाऊ! असा कसा तू वेडा? त्या कोल्हाबाने तुला चांगलंच फसवलं. कुऱ्हाड कुठली नि काय! त्याने शेपूट दाखवून फसवलं तुला. आता पुन्हा त्या कोल्ह्याच्या थापांना फसू नको. तो काही करू शकणार नाही. मी एकदा त्यालाही धडा शिकवीन.''

त्या पांढऱ्या पक्ष्याचं भाषण ऐकून कावळ्याला आपल्या मूर्खपणाची लाज वाटली.

काही दिवस गेले. एक दिवस कोल्ह्याने कावळ्याला मागच्यासारखंच धमकी देऊन पिलू मागितलं.

कावळा म्हणाला, ''कोल्होबा, आता मी फसणार नाही. पांढऱ्या पक्ष्याने मला

तुमची सगळी लबाडी सांगितली आहे. तुम्ही इथून निघून जा.''

कोल्होबाला पांढऱ्या पक्ष्याचा राग आला. या पांढऱ्या पक्ष्यालाच आता धडा शिकवावा, असा विचार करत कोल्होबा निघून गेला.

पुढे काही दिवस गेल्यावर एकदा कोल्होबा उन्हात स्वस्थपणे लोळत पडलेला असताना पांढरा पक्षी तिथे आला.

कोल्होबाला वाटलं, 'ही संधी आयतीच चालून आलीय.'

''काय पांढरेमामा, कसं काय?'' कोल्ह्याने विचारलं.

''ठीक आहे माझं. तुम्ही का लोळत पडलाय?'' पांढऱ्या पक्ष्याने सावधपणे लांबूनच विचारलं.

''काय सांगू? या डोक्यातल्या उवांनी अगदी सतावून सोडलंय हो. बरं झालं, तुमची गाठ पडली. तुम्ही या उवा खाऊन टाका नं. तुमचंही काम होईल आणि माझंही काम होईल,'' कोल्हा पांढऱ्या पक्ष्याने जवळ यावं म्हणून म्हणाला. पांढरा पक्षी फार हुशार होता; त्याला कोल्ह्याची लबाडी समजली. पण या संधीचा फायदा घेऊन कोल्ह्याची फजिती करायची, असं त्याने ठरवलं. केव्हाही चटकन उडता येईल, अशा तयारीने त्यानं कोल्ह्याच्या डोक्यातल्या उवा खायला सुरुवात केली.

''अहाहा, छान, छान!'' असं म्हणत कोल्ह्याने पक्ष्याला त्या कामात रंगवून टाकण्याचा प्रयत्न केला. पक्षीही सावधपणे कोल्ह्याच्या डोक्यावर वरच्या बाजूला राहून कोल्ह्याचा पंजा पोहोचणार नाही, असं अंतर ठेवून होता.

''पांढरेराव, इथं नाकापाशी फार चावतंय. थोडं पुढं या ना!'' कोल्ह्याने म्हटलं.

कोल्ह्याचा डाव त्या पांढऱ्या पक्ष्याने ओळखला. या वेळी कोल्ह्याला चांगला धडा शिकवायचं पक्ष्याने ठरवलं.

''थांबा हं कोल्होबा, आधी फक्त कपाळावरच्या उवा खातो नि मग डोक्यावर बसून नाकाकडे लक्ष देतो. तुम्ही आता पोट वर करून उताणे झोपा,'' पक्षी दुरूनच म्हणाला.

कोल्ह्याला वाटलं, 'आपल्या नाटकी बोलण्याने पक्षी फसतोय, डोक्यावर पक्षी बसला की, चटकन त्याला धरायचं,' असं ठरवून कोल्होबा उताणा झोपला.

कोल्होबा अजून थोडा बेसावध असून उताणा झोपलेला आहे, हे लक्षात येताच चपळाई करून पांढरा पक्षी उडून वर गेला आणि एकदम झडप घालून त्याने चोच मारून कोल्ह्याचं नाक तोडलं नि तो उडून झाडावर जाऊन बसला.

कोल्ह्याला कल्पना नसताना हा प्रकार घडला. त्याने चपळपणे दोन्ही पंजे पक्ष्याला धरण्यासाठी डोक्याकडे नेले होते, पण पक्ष्याने त्याआधीच आपलं काम करून टाकलं होतं. कोल्ह्याचं नाक तुटल्याने तो ओरडत होता. पक्षी झाडावर बसून हसत-हसत कोल्ह्याला म्हणाला, ''ए नकट्या कोल्ह्या! तुला काय वाटलं, सगळे पक्षी कावळ्यासारखे तुझ्या नाटकाला फसतील होय? पण लक्षात ठेवा कोल्होबा, तुमच्या नाटकीपणाला नेहमीच यश येणार नाही. अहो, सारेच कसे फसतील?''

नाकतुटका कोल्हा मग पळून गेला.

१२. खरा मित्र

एका जंगलात एक हरीण राहत होतं. त्याचा तांबूस रंग त्याला शोभून दिसायचा. त्याला भटकायला भारी आवडायचं. त्याच जंगलात एक कावळाही राहत होता.

हरीण आणि कावळा दोघं मित्र होते. ते दोघं एका जंगलात राहत होते. ते दोघं नेहमी एकत्र - एका जागी असायचे. एकदा हरणाला भेटला एक कोल्हा.

'हे हरीण चांगलं गुबगुबीत दिसतंय, याचं मांस किती चवदार लागेल.' असं कोल्ह्याच्या मनात आलं.

हरीण होतं भोळं. कावळा हरणाला म्हणाला, ''मित्रा, लबाड कोल्ह्याशी मैत्री करशील, तर तू संकटात सापडशील!''

हरणाला कावळ्याचं बोलणं पटलं नाही. त्यामुळे त्याने कावळ्याकडे दुर्लक्ष केलं.

एक दिवशी कोल्हा हरणाला म्हणाला, ''मित्रा, माझ्या मागोमाग ये. मी तुला लुसलुशीत गवत खायला नेतो.''

भोळं हरीण कोल्ह्याच्या पाठोपाठ गेलं. जाता-जाता ते एका पारध्याच्या जाळ्यात अडकलं. कोल्हा जवळच लपून बसला होता. तो पारध्याची वाट पाहू लागला. हरीण जाळ्यातून सुटण्यासाठी धडपड करू लागलं. जोरजोराने ओरडू लागलं. कावळ्याने आपल्या मित्राचा आवाज ऐकला. कावळा उडत-उडत हरणाजवळ आला.

तो हरणाला म्हणाला, ''मित्रा, पारधी येत आहे. तू मेल्यासारखा पडून राहा. मी 'काव काव' ओरडलो की, पळायला लाग.''

थोड्या वेळाने पारधी आला. पाहतो तर हरीण मेलेलं! त्याने हरणाचे फास मोकळे केले. एवढ्यात कावळा ओरडला, ''काऽव काऽव!''

हरीण वेगाने पळत सुटलं. ते नेमकं कोल्हा जिकडे लपला होता, त्या दिशेने पळालं. पाठोपाठ कावळा उडाला. कोल्हाही हरणाच्या मागे पळू लागला. पारध्याने रागाने आपला सोटा हरणाकडे फेकला. पण तो नेमका कोल्ह्याच्या डोक्यात जोराने बसला. लबाड कोल्हा हरणाला मारायला गेला, तर त्याला स्वत:लाच असा मार खावा लागला. म्हणूनच खोट्याच्या कपाळी कुऱ्हाडीचा घाव! हे खरं आहे.

૮૦૮૦

१३. भोळा हत्ती आणि लबाड कोल्हा

एक होता हत्ती. भला मोठा. केवढं मोठ्ठं पोट! खांबासारखे चार पाय. सुपासारखे दोन कान. लांबच लांब सोंड आणि दोन पांढरे दात. काळाभुरा रंग, कपाळावर मोठा पांढरा ठिपका.

हत्ती डोलत-डोलत रानात हिंडायचा, गवत खायचा. उसाच्या शेतात जाऊन ऊस खायचा. तलावावर जाऊन पाण्यात डुंबायचा, पोटभर पाणी प्यायचा आणि सोंडेत पाणी घेऊन इकडे-तिकडे उडवायचा.

त्या रानात एकदा काही कोल्हे आले. त्यांनी तो प्रचंड हत्ती पाहिला.

एक कोल्हा म्हणाला, ''अहाहा! केवढा प्रचंड हा प्राणी!''

दुसरा कोल्हा म्हणाला, ''याची जर शिकार केली, तर याचं मांस आपल्याला चार महिने पुरेल. पण....''

त्यावर म्हातारा कोल्हा म्हणाला, ''अरे, पण काय?''

दुसरा कोल्हा म्हणाला, ''त्याचं काय आहे, आपण लहान! हा प्राणी पडला प्रचंड! याची शिकार आपण करणार तरी कशी?''

म्हातारा कोल्हा म्हणाला, ''त्याची कशाला काळजी? ते काम माझ्यावर सोपवा. मी ते फत्ते करून दाखवतो!''

साऱ्या कोल्ह्यांनी हत्तीची शिकार करण्याचं काम त्या म्हाताऱ्या कोल्ह्याकडे सोपवलं!

एके दिवशी तो म्हातारा कोल्हा त्या हत्तीकडे गेला. हत्ती तळ्यावर अंघोळीला निघाला होता!

कोल्हा म्हणाला, ''नमस्कार हत्ती महाराज! आपला जयजयकार असो!''

हत्ती म्हणाला, ''काय कोल्होबा? आज इकडं कुणीकडं?''

कोल्हा म्हणाला, ''महाराज, मुद्दामच आपल्याकडे आलो!''

हत्ती म्हणाला, ''मुद्दाम? ते कशाकरता?''

कोल्हा म्हणाला, ''त्याचं काय आहे, आजच रानातल्या सगळ्या जनावरांची सभा झाली. साऱ्यांना एक राजा हवा. राजाशिवाय राहणं चांगलं नाही. राजा होण्यासाठी जे गुण लागतात, ते आपल्यामध्ये आहेत. आपलं शरीर प्रचंड आहे.

आपल्या लखलखीत डोळ्यांत आपली बुद्धी दिसते. आपलं चालणं डौलदार आहे. सारे पशू आपल्याला मान द्यायला सज्ज आहेत. तेव्हा आपण माझ्याबरोबर चला; म्हणजे सारे प्राणी आपल्याला राजा करतील. राजा हा पावसाप्रमाणे साऱ्यांना आधार असतो. आपण लौकर चला.''

आपण राजा होणार या कल्पनेने हत्तीला खूप आनंद झाला. तो लगेच कोल्ह्याबरोबर निघाला.

''चला! कोणत्या रस्त्याने जायचं? कोल्होबा तुम्ही रस्ता दाखवा, त्या रस्त्यानं जाऊ!''

कोल्होबा रस्ता दाखवू लागला. हत्ती महाराज त्याच्या मागून निघाले.

धावता-धावता ते खूप खोल असलेल्या चिखलात अडकून बसले, तेव्हा ते ओरडून म्हणाले, ''अहो कोल्होबा! हा कसला रस्ता? मी तर इथं चिखलात अडकून बसलो. मी यातून बाहेर कसा येऊ?''

कोल्होबा म्हणाले, ''अहो, असे इकडून या! माझ्या शेपटीला धरा आणि या माझ्या मागोमाग!''

कोल्होबांची शेपूट हत्तीच्या हाताला येईना. कोल्होबा गेले पुढे! हत्ती महाराज अडकून पडले चिखलात!

काही केल्या हत्तीला बाहेर येता येईना. तो तिथेच अडकून मरण पावला. मग त्या कोल्होबाने आणि त्याच्या मित्रांनी हत्तीच्या मांसावर खूप दिवस ताव मारला.

दुष्टाची संगत धरली, की असाच शेवट व्हायचा!

७०७०

१४. माकडाची फजिती

एक जंगल होतं. तिथे खूप झाडं होती. लाकुडतोड्यांनी ती झाडं तोडली. रानात खूप मोठमोठे ओंडके पडले. सकाळी गावातून सुतार येत; ते करवतीने लाकडांच्या फळ्या कापत. दुपारी जेवायला गावात जात आणि जेवण झाल्यावर पुन्हा रानात येत. संध्याकाळपर्यंत त्यांचं काम चाले.

असेच एके दिवशी सुतार रानात येऊन लाकडं कापू लागले. करवतीची दोन टोकं दोघांनी धरली. खसऽ खसऽऽ आवाज होऊ लागला. खाली लाकडाचा भुसा पडू लागला. लाकडाच्या फळ्या कापल्या जाऊ लागल्या.

झाडावर माकडं जमली होती. ती झाडांवर इकडून-तिकडे टुणटुण उड्या मारत होती. झाडावरची फळं खात होती. माकडांचं लक्ष सुतारांच्या कामाकडे गेलं. त्यांना करवतीने लाकडं कापण्याची मजा वाटली.

दोन सुतार भल्यामोठ्या लाकडाचं करवतीने दोन भाग करत होते. त्यांचं अर्ध काम झालं. त्यांना भूक लागली. कापलेल्या लाकडात त्यांनी पाचर बसवली आणि ते जेवायला गेले. खाली कोणी नाही, हे पाहून ती सारी माकडं खाली आली. लाकडांवरून उड्या मारू लागली. सुतारांची हत्यारं हातात घेऊन पाहू लागली.

एक माकड ते अर्धवट कापलेलं लाकूड तपासू लागलं. त्यात बसवलेली पाचर उपसून काढू लागलं. पाचर घट्ट बसली होती. माकड जोराने ती काढू लागलं.

माकडाने खूप जोर लावला, तेव्हा ती पाचर फट्टदिशी निघाली. पण माकडाची शेपूट त्या अर्धवट कापलेल्या लाकडाच्या सापटीत सापडली. माकडाने खूप प्रयत्न केले. पण ती काही निघेना.

ते मोठमोठ्याने किंचाळू लागलं. बाकीची माकडं भोवती जमली, पण त्यांना ही ती शेपूट काढता येईना. इतक्यात सुतार गावातून जेवण करून परत आले. त्याबरोबर सारी माकडं झाडावर पळून गेली.

ते शेपूट अडकलेलं माकड तेवढं खाली सापडलं. सुतारांनी काठीने त्या माकडाला खूप बडवलं. मग त्या सुतारांनी माकडाचं अडकलेलं शेपूट सोडवलं, तेव्हा ते माकड किंचाळत झाडावर पळून गेलं.

ज्या कामाशी आपला संबंध नाही, त्यात हात घातला की, मूर्ख माकडासारखी अशी फजिती होते.

१५. कुत्रा आणि गाढव

एक होता परीट. त्याच्याकडे एक कुत्रा आणि एक गाढव होतं.

परीट लोकांचे धुवायचे कपडे गोळा करी, ते गाढवाच्या पाठीवर लादून तो नदीवर जात असे. नदीवर कपडे स्वच्छ धुऊन तिथेच ते वाळत टाकत असे. कुत्रा कपड्यांची राखण करत असे.

नदीवरून घरी आल्यावर तो गाढवाला चरायला हाकलून देत असे आणि

कुत्र्याला अर्धी शिळी भाकरी घालत असे; त्यामुळे कुत्रा बिचारा अर्धपोटी राही आणि गाढवही बिचारे जे मिळेल ते खाई. परीट मात्र रोज पोटभर जेवण करत असे.

परीटाचा धंदा छान चालला होता. त्याला खूप पैसे मिळत. त्यामुळे हळूहळू तो चांगलाच श्रीमंत झाला.

रात्र झाली की, परीट गाढवाला अंगणात बांधत असे. कुत्रा जवळच इकडे-तिकडे हिंडत घराची राखण करत असे.

एके दिवशी काय झालं?

रात्रीची वेळ होती. परटाच्या घरी चोर आले. कुत्रा भुंकू लागला, पण चोर काठी घेऊन त्याच्यावर धावला.

मग कुत्रा गाढवाजवळ येऊन स्वस्थ बसला.

कुत्रा भुंकत नाही, हे पाहून गाढव म्हणालं, ''अरे, घरात चोर शिरतायत. तिकडे तुझं लक्ष आहे का?''

कुत्रा म्हणाला, ''हो! आहे की!''

गाढव म्हणालं, ''मग भुंकून मालकाला सावध करणं तुझं काम नाही का? स्वस्थ काय बसलास?''

कुत्रा म्हणाला, ''तुझं म्हणणं बरोबर आहे. पण काय रे, आपण मालकाची इमानाने सेवा करायची आणि मालकाने मात्र आपल्याला अर्धपोटी उपाशी ठेवायचं, हे तुला पटतं का? त्यानं आपल्याला पोटभर खाणं द्यायला नको का? अरे, मालकाला आपली खरी किंमत कळलीच नाही. बरोबर आहे, संकट आल्याशिवाय त्याला आपलं महत्त्व काय कळणार?''

गाढव म्हणालं, ''अरे, अशा संकटाच्या वेळी ही बडबड करू नकोस. तू आपलं काम करणार नसलास, तर मीच मालकाला जागं करतो.''

''भोऽचिं भोऽचिं,'' असं करत गाढव मोठ्याने भसाड्या आवाजात ओरडू लागलं. चोर पळून गेले. गाढवाच्या ओरडण्याने परीट जागा झाला. उगीचच भलत्या वेळी आपली झोपमोड केली, म्हणून परटाने गाढवाला काठीने चांगलंच बदडून काढलं.

कुत्रा आपला शांतपणे सारं पाहत होता.

आपलं काम सोडून दुसऱ्याचं काम करायला गेलं की, अशीच अद्दल घडते.

१६. घंटा वाजवणारा राक्षस

एका गावात एक देऊळ होतं. त्या देवळात एक मोठी घंटा टांगली होती. गावातली माणसं देवळात येऊन घंटा वाजवून मगच देवाचं दर्शन घेत. त्यामुळे देवळात सारखा आवाज येत राही - 'घण् घण् घण्.'

एके दिवशी दुपारची वेळ होती. सगळीकडे कडक ऊन पडलं होतं. कुणी शेतावर कामाला गेलं होतं, कुणी घरी जेवणाच्या गडबडीत होतं.

इतक्यात एक चोर देवळात शिरला. त्याने घंटा वाजली - 'घण् घण् घण्.' देवाला नमस्कार केला. त्याने इकडं पाहिलं, तिकडं पाहिलं, मागे पाहिलं, पुढे पाहिलं, सगळीकडे पाहिलं, तर देवळात कोणीसुद्धा नव्हतं.

मग चोराने काय केलं? देवळातली घंटा घेतली काढून अन् गेला रानात पळून! चोर जंगलात खूप लांब-लांब गेला. गावापासून खूप दूर-दूर गेला. तिथे त्याला भेटला एक वाघोबा!

वाघोबा आला धावून! चोर गेला भिऊन!

वाघोबाने चोराला टाकलं मारून. घंटा राहिली रानात पडून आणि वाघोबाही गेले निघून!

काही दिवसांनी त्या रानात काही माकडं आली. त्यांना घंटा सापडली. एका माकडाने घंटा वाजवली - 'घण् घण् घण्.' दुसऱ्या माकडाने घंटा वाजवली - 'घण् घण् घण्.' सगळीकडे आवाज येऊ लागला 'घण् घण् घण्.'

रात्र झाली, सगळीकडे सामसूम झाली. माकड घंटा वाजवत बसलं - 'घण् घण् घण्.'

गावातल्या लोकांनी आवाज ऐकला - 'घण् घण् घण्!' रानात कोण घंटा वाजवत, त्यांना काही कळेना. एक दिवस गावातले लोक रानात गेले. घंटा काही सापडली नाही. एक माणूस मात्र मरून पडलेला दिसला.

माणसं घाबरली, गावात आली. रात्र झाल्यावर 'घण् घण् घण्!' पुन्हा आवाज येऊ लागला. मग मात्र लोक घाबरले. ते म्हणू लागले, 'रानात घंटाकर्ण राक्षस आहे, तो माणसांना ठार मारतो आणि घंटा वाजवतो - 'घण् घण् घण्!'

लोक घाबरले. राजाकडे गेले. त्यांनी राजाला घंटाकर्ण राक्षसाची गोष्ट सांगितली.

राजाने लोकांना सांगितलं, ''जो कोणी धाडसी माणूस रानात जाईल, घंटाकर्ण राक्षसाला मारील आणि त्याची घंटा परत आणील, त्याला मी मोठे बक्षीस देईन.''

त्या गावात एक म्हातारी बाई राहत होती. ती एकदा लाकडं आणायला रानात गेली. तर तिला काय दिसलं? माकडं झाडावर बसली आहेत आणि घंटा वाजवत आहेत - 'घण् घण् घण्.' दुसऱ्या दिवशी म्हातारीने टोपलीभर फळं घेतली आणि ती रानात गेली. माकडं झाडावर घंटा बडवत होती - 'घण् घण् घण्.'

म्हातारीने फळांची टोपली झाडाखाली ठेवली. त्याबरोबर माकडांनी घंटा खाली टाकली आणि पाटीतली फळं खायला धावली. माकडं फळं खाण्यात दंग होती. म्हातारी घंटा घेऊन गावात आली.

म्हातारी राजाला म्हणाली, ''महाराज, ही मी आणली घंटाकर्ण राक्षसाची घंटा!''

राजाने म्हातारीला बक्षीस दिलं. लोकांनी घंटा पुन्हा देवळात टांगली. गावातला माणूस देवळात गेला की, घंटा वाजवतो, 'घण् घण् घण्!'

८०८०

१७. एका तळ्यात होते...

एक होता तलाव. त्यात होते तीन मासे. दिसायला कसे लखलखीत. पोहण्यात फारच पटाईत. तलावाच्या एका टोकाकडून सुर्रकन निघून, ते दुसऱ्या टोकाला जात.

तलाव होता अगदी लहान. त्यात मासे ते किती सापडणार? या कल्पनेने कोळी तिकडं फिरकायचे नाहीत.

पण आता एक कोळी येणार आहे, अशी बातमी एका माशाला समजली. त्यामुळे तो अगदी घाबरून गेला.

'आता आपल्याला दुसऱ्या तलावात गेलं पाहिजे, पण जाण्यापूर्वी आपल्या मित्रांना सांगावं आणि ते आले तर त्यांनाही घेऊन जावं,' असा विचार त्याने केला.

मासा आपल्या मित्रांना म्हणाला, ''बाबांनो, आज एक वाईट बातमी आहे. इतके दिवस आपण या तळ्यात सुखी होतो. पण आता एक कोळी येणार आहे. त्याने जाळं लावलं की, आपण त्यात सापडणार. त्यापेक्षा आपण आपले दुसऱ्या तळ्यात जाऊ!''

दुसरा मासा म्हणाला, ''अरे, तू इतका कशाला घाबरतोस? तो कोळी येणार, जाळं लावणार. त्यात आपण सापडणार, या गोष्टी तू नक्की कशा समजतोस? संकट आलंच, तर ऐनवेळी सुचेल काही युक्ती!''

तिसरा मासा म्हणाला, ''इतक्या दिवसांत कोणी कोळी आला नाही. तो आत्ताच कोठून येणार? तो काही येणार नाही, जाळं काही लावणार नाही, आपण इथून दुसरीकडे येणार नाही.''

असे तिघांचे तीन विचार झाले. पहिला मासा दुसरीकडे निघून गेला. आता त्या तलावात दोनच मासे उरले.

थोडे दिवस गेले. एके दिवशी एक कोळी तलावावर आला. त्याने तलावात जाळं पसरलं. त्यात दोन्ही मासे अडकले. एक मासा कसं सुटावं, याचा विचार करू लागला. दुसरा मासा घाबरून गेला.

जाळं काढताना कोळ्याने एक मासा पकडला. त्याला तो टोपलीत टाकणार, तेवढ्यात तो पटकन निसटला आणि त्याने सुर्रकन तलावाच्या पाण्यात उडी मारली. मग कोळी सावध झाला. त्याने दुसरा मासा घट्ट धरून जाळ्यातून काढला, टोपलीत

टाकला आणि तो आपल्या घराकडे वळला.

पहिला मासा आधीच सावध होता, म्हणून त्याच्यावर संकट आलंच नाही.

दुसरा मासा सावध होता, त्याला ऐन वेळी निसटण्याची युक्ती सुचली, म्हणून तो वाचला.

तिसरा मासा सुरुवातीपासून अखेरपर्यंत काही न करता राहिला. त्यामुळे त्याच्यावर संकट ओढवलं.

৪৩

१८. शेवटी उंदीर तो उंदीरच!

एका रानात एक नदी होती. नदीच्या काठी एक झोपडी होती. झोपडीत एक ऋषी राहत होते. सकाळी नदीवर स्नान करावे, दुपारी रानातील झाडांची फळे खावीत, नदीचे पाणी प्यावे, इतर वेळात देवाचे नाव घ्यावे, असे त्यांचे दिवस चालले होते.

एकदा ऋषी आपल्या आश्रमाच्या ओट्यावर बसले होते. त्याच वेळी एक कावळा आपल्या चोचीतून एक उंदराचं पिलू घेऊन चालला होता. ऋषींना उंदराच्या पिलाची दया आली. त्यांनी पिलाला सोडवलं. त्याला धान्याचे दाणे खायला घातले. उंदराचं पिलू ऋषींच्या झोपडीत आनंदाने राहू लागलं.

एके दिवशी काय झालं? एक मांजर त्या उंदराच्या मागे लागलं. उंदीर घाबरला आणि ऋषींच्या मांडीवर जाऊन बसला.

ऋषी म्हणाले, ''उंदरा, भिऊ नकोस. आजपासून तू मांजर होशील म्हणजे तुला भीती वाटणार नाही.''

झालं, उंदराला मांजराचं शरीर मिळालं. ते म्यॉंव म्यॉंव करत सगळीकडे हिंडू लागलं.

एके दिवशी काय झालं? एक कुत्रं त्या मांजराच्या मागे लागलं. मांजर धावत-धावत आलं आणि ऋषींना चिकटून बसलं. ऋषींनी ते पाहिलं.

ते म्हणाले, ''मांजरा, भिऊ नकोस. आजपासून तू कुत्रा होशील म्हणजे तुला भीती वाटणार नाही!''

झालं, मांजराला कुत्र्याचं शरीर मिळालं. ते 'भो भो' करत सगळीकडे हिंडू लागलं.

एके दिवशी काय झालं? एक वाघ त्या कुत्र्याच्या मागे लागला. कुत्रा धावत-धावत आला आणि ऋषींच्या जवळ बसला.

कुत्रा घाबरलेला पाहून ऋषी म्हणाले, ''कुत्र्या, भिऊ नकोस. आजपासून तू वाघ होशील म्हणजे तुला भीती वाटणार नाही!''

झालं, कुत्र्याला वाघाचं शरीर मिळालं. तो गर्जना करत सगळीकडे हिंडू लागला. ऋषींच्या झोपडीत आता वाघ राहत होता. पण तो मूळचा उंदीरच! तेव्हा वाघाला उंदीर समजूनच ऋषी त्याच्याशी वागत. ऋषी गावात निघाले की, वाघ त्यांच्याबरोबर जात असे.

ऋषींबरोबर वाघ दिसला की, लोक म्हणत, 'अरे, हा तर मूळचा उंदीर! आपल्या ऋषींनीच याला वाघाचं रूप दिलं आहे!' लोकांचं हे बोलणं ऐकलं की, वाघाला राग येत असे.

एकदा त्याच्या मनात आलं, 'हा ऋषी जिवंत आहे, तोपर्यंत तो आपली कथा लोकांना सांगणार आणि आपण वाघ बनलो असलो, तरी लोक आपल्याला उंदीरच मानणार! यावर उपाय एकच. या ऋषीलाच ठार मारलं पाहिजे.'

झालं, एके दिवशी वाघाने संधी साधली. तो वाघ ऋषींच्याच अंगावर धावून गेला. ऋषी सावध होते.

ते म्हणाले, ''तू पुन्हा आपला मूळचा उंदीर हो! तुला मी वाघ बनवून मोठेपणा दिला, पण तू आपला क्षुद्र उंदीर तो उंदीरच!''

੨੦੪੦

१९. वाघोबा फसला, कोल्होबा हसला!

एका रानात एक वाघ राहत होता. तो इकडे-तिकडे हिंडायचा आणि जे जनावर सापडेल ते खायचा! रानातल्या अनेक जनावरांचा त्याने फन्ना उडवला. शेजारच्या गावातले लोक अगदी घाबरून गेले. त्यांना काही सुचेना.

एका शेतकऱ्याने एक युक्ती केली. जंगलात एक मोठा पिंजरा लावला.

दोन दिवसांनी एके रात्री तो वाघ त्या पिंजऱ्यात अडकला. त्याने मोठ्याने गर्जना करून सारं रान दणाणून टाकलं. त्याने खूप धडपड केली; पण त्याला पिंजऱ्यातून बाहेर पडता येईना. मग तो पिंजऱ्यात गुपचूप बसला.

सकाळ झाली. सूर्य उगवला. सगळीकडे स्वच्छ प्रकाश पडला. वाघोबा बसला होता पिंजऱ्यात अडकून. इतक्यात त्याला एक प्रवासी दिसला. तो त्या रानातून चालला होता.

वाघोबाने हाक मारली, ''अहो प्रवासीबुवाऽ जरा इकडं या. मी काय म्हणतो, ते ऐका. या पिंजऱ्याचं जरा दार उघडा, म्हणजे मी बाहेर येईन आणि तुम्हाला सोन्याचं एक कडं बक्षीस देईन.''

प्रवासी पिंजऱ्याजवळ आला. डोळे मोठे करून पाहू लागला. काय करावं याचा विचार करू लागला.

वाघ पुन्हा म्हणाला, ''अहो प्रवासीबुवा, पाहता काय? विचार कसला करता? दार उघडा, मला या पिंजऱ्यातून मोकळं करा आणि सोन्याचं कडं बक्षीस मिळवा.''

प्रवाशाने विचार केला, 'नुसतं दार उघडायचं आणि बक्षीस मिळवायचं.'

त्याला सोन्याच्या कड्याचा मोह झाला. त्याने पिंजऱ्याचं दार उघडलं. वाघोबा बाहेर आला. त्याने प्रवाशावर झेप घेतली.

प्रवासी एकदम ओरडला, ''अहो, अहो, वाघोबा, हे काय करता? मी तुम्हाला पिंजऱ्यातून सोडवलं आणि तुम्ही मला ठार मारता? ते सोन्याचं कडं मला बक्षीस देणार होतात ना!''

वाघ म्हणाला, ''मूर्खा, बक्षीस कसलं मागतोस? रानातल्या राजाला सोडवणं, हे तर तुझं कामच आहे!''

प्रवासी म्हणाला, ''बरं बुवा, बक्षीस नको देऊस, पण जीव तरी घेऊ नकोस!

नाहीतर असं करू या, इथून जाणारं - येणारं आणखी कोणी दिसलं, तर त्याला बोलावू. त्याला सारं काही सांगू, तो देईल, तो न्याय दोघंही ऐकू!''

वाघाने विचार केला, 'इकडे येतंय कोण दुसरं? आणि कुणी आलं, तरी माझ्या विरुद्ध कोण निकाल देणार?'

वाघाने प्रवाशाचं म्हणणं कबूल केलं. कोणीतरी येण्याची ते वाट पाहू लागले.

थोडा वेळ गेला. इतक्यात एक कोल्होबा जवळून जाताना दिसला. प्रवाशाने त्याला हाक मारली. कोल्होबा आला, वाघोबाला पाहून जरा दबकलाच! प्रवाशाने घडलेलं सारं त्याला सांगितलं आणि कोल्होबाने न्याय द्यावा, अशी विनंती केली.

कोल्होबा होता मोठा हुशार! त्याने मनाशी काहीतरी ठरवलं. मग तो म्हणाला, ''तुमचं बोलणं मला खरं वाटत नाही बुवा! आमचे वाघोबा, या पिंज‍र्‍यात सापडतीलच कसे?''

प्रवासी म्हणाला, ''अहो, त्यात खोटं काय आहे? वाघोबा या पिंज‍र्‍यात सापडले. त्यांनी मला हाक मारली. मी पिंज‍र्‍याचं दार उघडलं. मग वाघोबा बाहेर आले! तुम्हाला खोटं वाटत असेल, तर वाघोबांनाच विचारा! काय वाघोबा, मी म्हणतो ते खरं ना?''

वाघोबा म्हणाला, ''हे पहा कोल्होबा, मी आपला या पिंज‍र्‍यात गेलो आणि आत अडकलो, हे खरं! पण मला काय दार वर उचलता येणार नाही? आणि या बिचा‍र्‍या माणसाला ते दार काय उघडणार?''

कोल्होबा म्हणाला, ''बरोबर आहे महाराज!''

प्रवासी म्हणाला, ''अहो, कोल्होबा, तुम्ही तरी मला न्याय द्या. अहो मीच उघडला दरवाजा!''

कोल्होबा म्हणाला, ''माझ्यादेखत उघडता का दरवाजा? का खोटं बोलल्याबद्दल शिक्षा भोगता?''

प्रवासी उठला. त्याने पिंज‍र्‍याचा तो जड दरवाजा उघडला.

कोल्होबा म्हणाला, ''वाघोबा, कुठं होता तुम्ही, ते दाखवा बरं!''

वाघ उठला, पिंज‍र्‍यात गेला आणि म्हणाला, ''इथं होतो मी!''

पण वाघ एवढं बोलतो आहे, तोच पिंज‍र्‍याचा दरवाजा धाडकन खाली आला. वाघोबा पिंज‍र्‍यात पुन्हा अडकला.

मग कोल्होबा म्हणाला, ''प्रवासीबुवा! चला, चालू लागा इथून. वाघासारख्या क्रूर प्राण्यावर उपकार करू नका पुन्हा!''

कधी-कधी शक्तीपेक्षा युक्तीनेच काम करावं लागतं. तेव्हाच दुष्टांना शिक्षा मिळते!

೭೦೮೦

२०. दोन मित्र

एका गावात दोन मित्र राहत होते. लहान मित्राचं नाव होतं बंडू आणि मोठ्याचं नाव होतं पांडू. ते एकत्र राहत, खात-पीत. सख्ख्या भावांप्रमाणे त्यांची एकमेकांवर माया होती. जो मोठा होता, तो हुशार आणि चलाख होता. लहान होता, तो जरा बावळट आणि मूर्ख होता.

एकदा काय झालं, दोघांनी मिळून एक गाय विकत घेतली. पुढे काही दिवसांनी एक बाग खरेदी केली आणि एक कांबळंपण विकत घेतलं.

काही दिवस ते दोघंही ह्या तिन्हींचा उपयोग करत होते.

एके दिवशी पांडू म्हणाला, ‘‘बंडू, आता आपण आपल्या ह्या तिन्ही वस्तूंची वाटणी करू!''

‘‘का? एकदम तुझ्या मनात वाटणी करण्याचं का आलं?'' बंडूने त्याला विचारलं.

‘‘सहज! आपल्याला स्वतंत्रपणाने त्यांचा उपयोग करता येईल.''

‘‘ठीक आहे. माझी हरकत नाही.'' बंडूनेही मान्यता दिली.

दुसऱ्या दिवशी सकाळी वाटणी करण्याचं ठरलं.

सकाळी उठल्यावर पांडू म्हणाला, ‘‘सर्वप्रथम आपण गाईची वाटणी करू. तिचा पुढचा भाग तुझ्याकडे, मागचा भाग माझ्याकडे! म्हणजेच अर्धी गाय तुझी - अर्धी गाय माझी!''

बंडू मूर्खच होता. त्याने होकार दिला. बंडू गाईला खाऊ घालू लागला. तिला स्वच्छ ठेवू लागला आणि पांडू मात्र गाईचं दूध काढून एकटा पिऊ लागला. विकू लागला. कारण गाईचा मागचा अर्धा भाग त्याचा होता ना! शिवाय तो गायीच्या शेणाच्या गोवऱ्या बनवायचा. त्यांचे पैसे करायचा. बिचाऱ्या बंडूला मात्र काहीही मिळायचं नाही.

काही दिवसांनी बागेची वाटणी करायचं ठरलं.

पांडू म्हणाला, ‘‘बागेतली सगळी झाडं आपल्या दोघांच्या मालकीची आहेत. झाडांचा वरचा निम्मा भाग मी घेतो, खालचा भाग तू घे.''

बंडू म्हणाला, ''तू माझ्या मोठ्या भावासारखा आहेस. तू करशील ते योग्यच असणार!''

झालं, दुसऱ्या दिवसापासून बागेचं रक्षण करण्याचं काम बंडूवर आलं. तो बागेत खतपाणी घालायचा आणि जनावरांपासून बागेचं रक्षणही करायचा. त्याने इतकी मेहनत केली की, कधी नव्हती इतकी फळं झाडांना आली.

फळं आल्याबरोबर पांडू बंडूला म्हणाला, ''झाडाच्या वरच्या निम्म्या भागावर माझा अधिकार आहे, म्हणून सगळी फळं माझ्याच मालकीची आहेत. मी तुला एकसुद्धा फळ देणार नाही!''

मग काय! काहीही कष्ट न करता पांडूने सगळी फळं तोडली. काही स्वत: खाल्ली आणि काही बाजारात विकून टाकली. त्याने खूप पैसे मिळवले.

नंतर काही दिवसांनी पांडू बंडूला म्हणाला, ''बंडोबा! आता आपल्या कांबळ्याची वाटणी राहिली आहे. आपल्या दोघांच्या मालकीचं ते कांबळं आहे, तेव्हा ते कांबळं तू दिवसा पांघरत जा! रात्री मी पांघरीन. झाली फिट्टंफाट. आहे की नाही मस्त वाटणी!''

मूर्ख बंडू बिचारा गप्प बसला. ते थंडीचे दिवस होते. तो बिचारा रात्रभर कुडकुडत राहायचा. दिवसा कडक ऊन होते. त्यामुळे तो कांबळ्याचा उपयोग करू शकत नव्हता.

असेच काही दिवस गेले. एकदा बंडूला पांढरीशुभ्र दाढी असलेला एक साधू भेटला. बंडूला काय वाटलं कुणास ठाऊक, तो धावत जाऊन साधूच्या पाया पडला.

साधूने त्याला विचारलं, ''बेटा, तुला कसलं दु:ख आहे? तू असा रडवेला का झालास?''

साधूला त्याने सारी हकिगत सांगितली.

साधूला हसू आलं. त्याने बंडूला धीर दिला.

''माणसाने थोडी अक्कल आणि थोडी बुद्धी वापरली की, सगळी कामं यशस्वी होतात. हे बघ! आता मी जे सांगतो, तसं तू वाग. तुझी सगळी काळजी दूर होईल,'' साधू म्हणाला.

''आपण सांगाल, तसं मी वागेन.''

साधूने सांगितलेलं नीट ऐकून घेऊन बंडूने तसंच वागायचं ठरवलं. मग तो आपल्या घरी निघून गेला.

दुसऱ्या दिवशी बंडूला जेव्हा जाग आली, तेव्हा पांडू दूध काढण्यासाठी गायीकडे

चालला असल्याचं त्याने पाहिलं. बंडूला साधूने सांगितलेली युक्ती आठवली. तो चटकन उठला आणि वेताची काठी घेऊन गायीकडे गेला. बंडूनं काय करतोय, हे न कळल्याने गोंधळलेला पांडू स्तब्ध होऊन बघत राहिला. बंडू गायीजवळ गेला आणि तो तिच्या डोक्यावर मायेने हात फिरवू लागला. मात्र पांडू जेव्हा गायीचं दूध काढायला लागला, तेव्हा बंडूने गायीच्या तोंडावर वेताचे दोन-चार फटके मारले. त्यामुळे गाय पाय झाडू लागली आणि तिने दूध देणं बंद केलं.

हा सगळा प्रकार बघून पांडू बंडूवर रागवून ओरडला, "हे तू काय करतोयस? गायीला का मारतोयस?"

बंडू म्हणाला, "हे बघ, वाटणीप्रमाणे गायीच्या पुढच्या भागावर माझा अधिकार आहे. त्याचं मी वाटेल ते करीन. तू कोण मला बोलणार?" यावर पांडूला काहीच बोलता येईना.

दुपारी पांडू झाडावर चढून फळं काढू लागला, तेव्हा बंडू कुऱ्हाड घेऊन तिथे पोहोचला आणि झाडाच्या खोडावर भराभर घाव मारायला लागला.

पांडूने त्याला याचे कारण विचारल्यावर तो म्हणाला, "या खोडावर माझा अधिकार आहे. मी त्याचं वाटेल ते करीन. मला काही विचारणारा तू कोण?" हे ऐकून पांडू निरूत्तर झाला आणि झाडावरून पटकन खाली उतरून तणतण करत तिथून निघून गेला.

संध्याकाळ होताच बंडूने बादलीभर पाण्यात कांबळं भिजवून ठेवलं. रात्री झोपताना पांडू कांबळं शोधू लागला, तर बादलीत भिजवलेलं कांबळं त्याला दिसलं.

ते पाहून पांडूला राग अनावर झाला.

तो बंडूला म्हणाला, "हे काय केलंस तू? कांबळं पाण्यात का भिजवलंस? इतकी थंडी आहे. आता मी हे कांबळं कसं वापरणार?"

साधूच्या सांगण्याप्रमाणे बंडू म्हणाला, "तूच तर वाटणी करताना कांबळं दिवसा मला वापरायला दिलंयस. मग दिवसा मी त्या कांबळ्याचं काय करायचं? हा माझा प्रश्न आहे, नाही का?"

हे ऐकून पांडू खजील झाला. त्याला स्वतःची चूक उमजली आणि स्वार्थीपणाने वागल्याबद्दल त्याने बंडूची माफी मागितली. बंडूने सर्व काही विसरून मित्राला माफ केलं. त्यानंतर दोघंही एकमेकांना समजून घेऊन गुण्यागोविंदाने राहू लागले.

᭚

२१. विलक्षण त्याग

काही वर्षांपूर्वीची गोष्ट. मिरज जिल्ह्यात डोंगरदत्त नावाचा एक गरीब ब्राह्मण राहत होता. तो अतिशय विद्धान होता. संस्कृत भाषेवर त्याचं प्रभुत्व होतं. तो मनाने उदार आणि समाधानी वृत्तीचा होता.

त्याने संस्कृतची पाठशाळा सुरू केली. तो मुलांना संस्कृत शिकवत असे. तो कुणाला काहीही मागत नसे. मुलांच्या पालकांकडून जी थोडीफार गुरुदक्षिणा मिळे, त्यामध्ये आपल्या प्रपंचाचा खर्च कसातरी भागवत असे.

त्याची पत्नी सुशील, धर्मपरायण व पतीप्रमाणेच निरीच्छ वृत्तीची होती. धनाचा मोह नसल्यामुळे त्या दोघांना कधी-कधी उपाशी राहावे लागत असे.

एकदा संध्याकाळच्या वेळी एक संन्यासी त्याच्या घरी आला.

संन्यासी त्याला म्हणाला, ''आज रात्री मी तुझ्याकडे राहणार आहे.''

डोंगरदत्ताला फार आनंद झाला.

संन्याशाला नमस्कार करून तो म्हणाला, ''आपला सहवास मिळणार म्हणून मी स्वत:ला भाग्यवान समजतो.''

डोंगरदत्ताने त्याला हातपाय धुण्यासाठी गरम पाणी दिलं. त्याला गुळाचा खडा आणि पिण्यासाठी पाणी दिलं आणि तो स्वयंपाकघरात पत्नीकडे आला.

तिला तो म्हणाला, ''आज अतिथी इथे राहणार आहेत. त्यांच्यासाठी स्वयंपाक कर.''

ती म्हणाली, ''घरात काहीही नाही. आपण दोघं दोन दिवस उपाशी आहोत. मी काय करू?''

तो विचारात पडला, 'पाहुण्याला जेवायला तर घातलंच पाहिजे. आजपर्यंत आपण कुणाकडेही काहीही मागितलं नाही.' उपास काढले, पण शेजाऱ्यांकडे उसनवारी केली नाही.

तो पत्नीला म्हणाला, ''आपल्या गृहस्थधर्माची कसोटी आहे. उसने पदार्थ आण, पण स्वयंपाक कर.''

ती बिचारी शेजारी गेली. पीठ, तेल, तांदूळ, उसने घेऊन आली. स्वयंपाक केला. संन्यासी पोटभर जेवला. दोघांना आनंद झाला.

संन्याशाने अंग टाकले. तो विचार करू लागला, 'हा ब्राह्मण दरिद्री आहे. त्याने

उसने पदार्थ आणून भोजन दिलं. त्याला आपण काहीतरी साहाय्य केलंच पाहिजे.'

संन्यासी रसायनशास्त्राचा पंडित होता. सोनं तयार करण्याची किमया त्याला माहीत होती.

सकाळ झाली; संन्यासी निघाला. जाताना त्याने, ''हरिद्वारला मला भेट,'' म्हणून सांगितलं.

चार दिवसांनी डोंगरदत्त हरिद्वारला गेला. त्या संन्याशाचा पत्ता गंगाकिनारी सापडला. त्याने संन्याशाला नमस्कार केला.

संन्याशाने त्याचा आदरसत्कार केला. त्याला अर्धा किलो सोनं बक्षीस दिलं आणि म्हणाला, ''डोंगरदत्ता, तू फार विद्वान आहेस. पण गरीब आहेस. ह्या सुवर्णामुळे तुझं दारिद्र्य दूर होईल.''

डोंगरदत्ताने थोडा विचार केला. अंगावरचे कपडे काढून टाकले आणि ते सोनं घेऊन समोरच्याच गंगानदीकडे धावला. ते सोनं गंगार्पण करून तो परत संन्याशाच्या जवळ आला.

संन्याशाला फार राग आला. तो डोंगरदत्ताला म्हणाला, ''मी तुला सोनं फेकून देण्यासाठी नव्हतं दिलं!''

''महाराज, आपण कृपया माझ्यावर रागावू नका. मी जे सोनं गंगेत फेकलं, त्यामुळे आपलं आणि माझं कल्याणच झालं आहे.''

''ते कसं?''

''महाराज, मी ब्राह्मण. ब्राह्मणाचं धन म्हणजे तप आणि विद्या. मी ते सोनं घेऊन काय करू? ते सोनं जर मी घेतलं असतं, तर माझं खरं धन नष्ट झालं असतं. आपण तर विरक्त संन्यासी! आपल्यालासुद्धा सुवर्णाची काहीच गरज नाही. जवळ सोनं ठेवून संन्याशाचा धर्म कलंकित नाही का होत?''

संन्याशाचे डोळे पाण्याने भरले. त्याने डोंगरदत्ताला कडकडून मिठी मारली आणि म्हणाला,

''डोंगरदत्ता, तूच माझा गुरू आहेस. तूच खरा संन्यासी आहेस.''

२२. शब्दांची करामत

मुलं म्हणजे फुलं असं आपण म्हणतो. पण जशी निष्पाप मुलं असतात, तशी लबाड मुलंपण असतात. त्या मुलांना लबाडी करायला शिकवते परिस्थिती!

एकदा अशीच दोन मुलं बाजारात गेली. ती मुलं गरीब होती. बाजारातल्या वस्तू पाहून त्यांचं मन आनंदित झालं; पण जवळ पैसे नव्हते. मग हळूच वस्तू चोरणं, एवढंच त्यांच्याजवळ शिल्लक होतं. गरिबीमुळे ती मुलं लबाड बनली होती.

बाजारात हिंडता-हिंडता ती मुलं एका दुकानात गेली. दुकानदाराचं लक्ष नाही, असं वाटून एका मुलाने एक बिस्कीटचा पुडा उचलून दुसऱ्या मुलाच्या खिशात टाकला. मात्र दुकानदाराला वस्तू चोरल्याचं समजलं. त्याने त्या मुलांना पकडून ठेवलं आणि पोलीसाला बोलावलं.

ज्याने बिस्किटाचा पुडा घेतला, त्या मुलाला पोलीस म्हणाला, ''तुझ्याजवळची वस्तू काढ.''

तो मुलगा म्हणाला, ''मी देवाला स्मरून सांगतो, माझ्याजवळ वस्तू नाही. मी देवाची शपथ घेतो.''

मग दुसऱ्याला विचारलं, ''काढ वस्तू कुठे आहे ती.''

तो म्हणाला, ''मीपण देवाशपथ खरं सांगतो खोटं सांगत नाही. मी वस्तूला हात लावला नाही.''

मुलांची लबाडी पोलीस आणि दुकानदार यांच्या लक्षात आली.

ते म्हणाले, ''शब्दांची कसरत करून आम्हाला फसवता आहात. मग ह्याच्या खिशात बिस्किटाचा पुडा जादूने आला वाटतं!''

शब्द उलटे-पालटे वापरून लोकांना आपण फसवू शकतो, पण देवाच्या दरबारात पापाचा घडा भरतच राहतो.

☸☸

२३. अंगठीची करामत

फार पूर्वी एका श्रीमंताजवळ एक सोन्याची अंगठी होती. तिच्यात हजारो रुपये किमतीचा एक हिरा जडवला होता. ती अंगठी एका साधूकडून त्याला मिळाली होती.

तो साधू अंगठी देताना त्याला म्हणाला होता, 'जोपर्यंत ही अंगठी तुझ्यापाशी राहील, तोपर्यंत तुझी भरभराटच होईल. घरात शांती नांदेल. कुणालाही दु:ख होणार नाही.'

त्या श्रीमंताला अंगठीचा चांगला अनुभव आला. साधूचं बोलणं खरं ठरलं.

पुढे काही वर्षांनी त्याचं मरण ओढवलं. मरताना त्याने आपल्या एकुलत्या एका मुलाला ती अंगठी दिली व तिचं महत्त्व समजावून सांगितलं. त्या मुलाला आयुष्यभर अंगठीची तशीच प्रचीती आली.

असं चार पिढ्या चालत आलं. पण चौथ्या पिढीतल्या म्हाताऱ्याला चार मुले होती. अंगठी एक, पण मुलं चार! तिची वाटणी तर करता येत नव्हती.

शेवटी त्याने एक युक्ती केली. मरताना त्याने गावातल्या प्रसिद्ध सोनाराला बोलावलं आणि त्या अंगठीप्रमाणेच आणखी तीन अंगठ्या तयार करायला सांगितल्या. सोनाराला अंगठीचं गुपित ठाऊक होतं. त्याने चार अंगठ्या तयार केल्या. त्या हुबेहूब मूळ अंगठीप्रमाणे होत्या. त्या म्हाताऱ्याने सोनाराचे पैसे देऊन टाकले आणि चार अंगठ्या चार मुलांना देऊन त्याने प्राण सोडला.

खरी अंगठी सोनाराजवळ राहिली. त्यामुळे त्याचा व्यापारधंदा अचानक वाढला. त्याने गावात सराफीचं मोठं दुकान टाकलं. त्याची अल्प काळातच भरभराट झाली.

खरी अंगठी घरात नसल्यामुळे त्या चार भावांत भांडणं-कटकटी सुरू झाल्या. आपल्या वडिलांना सोनाराने फसवलं, हे चारही भावांनी ओळखलं. त्या सोनारावर खटला भरण्यात आला. त्या श्रीमंताची खरी अंगठी सोनाराने स्वत:जवळ ठेवून चारीही खोट्या अंगठ्या त्या घरात दिल्या, असा त्याच्यावर आरोप ठेवला गेला.

न्यायाधीशांना सगळी हकिकत समजली. एक सामान्य गरीब सोनार गावातला प्रसिद्ध सराफ होतो, हे कोडं त्यांना उलगडलं.

त्याच्या घराची झडती घेतली. त्यात ह्या चार अंगठ्यांसारखी एक अंगठी सापडली.

त्या सोनाराला प्रश्न विचारला, ''ही अंगठी कुठली आहे?''

''मला अंगठी आवडली, म्हणून मी चार अंगठ्यांऐवजी पाच अंगठ्या तयार केल्या. त्यातल्या चार त्या मुलांच्याकडे दिल्या व एक अंगठी मजजवळ ठेवली.''

न्यायाधीशांनी पाच अंगठ्या एकत्र केल्या. त्या सर्व एकसारख्या आणि हुबेहूब एकाच प्रकारच्या होत्या.

''तू ह्यातली तुझी अंगठी ओळखून घे.''

सोनार थरथर कापत होता. त्याने एक अंगठी उचलली. ती नंतर बनवलेल्या अंगठ्यांपैकी एक होती.

न्यायाधिशाने सोनाराला सात वर्षे सक्तमजुरीची शिक्षा दिली.

आता एकच खरी जुनी अंगठी घरात आल्यामुळे त्या चारीही मुलांमधली भांडणे मिटली. ते एका घरात सुखासमाधानाने राहू लागले. घरात शांतीचे साम्राज्य नांदू लागले. त्या चारीही भावांची धंद्यात भरभराट झाली.

असा हा अंगठीचा प्रताप.

२४. कंजूषांची गोष्ट

एक होता राजा. त्याचे नाव होते कुबेरदत्त. तो मनोरंजनाचा भोक्ता होता. त्याला विनोद फार आवडे. आपला हा षोक पुरा करण्यासाठी तो निरनिराळ्या गंमती करी. स्पर्धा भरवी. मनोरंजन करणाऱ्यांना भरपूर बक्षीस देई.

नट, तमासगीर, विदुषक, मदारी, कवी, चित्रकार, गायक ह्या सर्वांना बोलावून आपली करमणूक करून घेई आणि कलाकारांना इनाम मिळत असे.

एकदा त्याने ठरवले की, आपल्या राज्यात जेवढे म्हणून कंजूष लोक आहेत त्यांचे संमेलन भरवायचे. आणि प्रत्येकाला पुरस्कार द्यायचा.

राज्यात दवंडी पिटली. बक्षीस मिळणार म्हणून झाडून सारे कंजूष लोक राजधानीकडे धावले. बक्षीस मिळण्याचे आमीष होते म्हणूनच त्यांनी धाव घेतली. नाहीतर एकही कंजूष माणूस तिथे गेला नसता.

तो दिवस उजाडला. राजधानीच्या रस्त्यावरून कंजूष माणसांच्या टोळ्या दिसायला लागल्या. त्यांना बघून मुलं हसत होती. मोठ्या माणसांना तर ती एक चांगलीच करमणूक झाली.

त्या कंजूष माणसांचे पोषाख विचित्र होते. कुणाचे कपडे तोकडे होते, कुणाचे मळके, कुणाचे फाटके. कुणी तर धोतरांना गाठी बांधल्या होत्या. कुणाच्याही पायात जोडे नव्हते. पैसे साठवण्याच्या मोहामुळे तर कुणी-कुणी उपवास करत होते. त्यांचे चेहरे सुरकुतलेले दिसत होते.

राजाने त्यांच्या भोजनाची आणि निवासाची व्यवस्था उत्तम ठेवली होती.

राजाने मंत्र्याला निवड करायला सांगितलं. पण निवड म्हटल्याबरोबर सगळे कंजूष लोक मंत्र्याकडे धावले. त्या गडबडीमुळे मंत्र्याला त्यावेळी निवड करता येईना.

मग फक्त दोन कंजुषांना स्पर्धेसाठी निवडून बाकीच्यांना योग्य तो पुरस्कार देऊन परत पाठवावं, असं राजाने ठरवलं. त्याप्रमाणे योजना झाली. बाकीचे कंजूष लोक पैसे मिळाल्याच्या आनंदात घरी निघून गेले.

आता राहिले दोन कंजूष! त्यांच्यामधून निवड होणार होती.

राजाने त्यांच्यासाठी बाजार भरवला. बाजारात तऱ्हेतऱ्हेची मिठाई, पक्वान्ने,

कपडे, भांडी, दागदागिन्यांची दुकाने होती.

राजाने त्या दोघांना हजार-हजार रुपये दिले आणि सांगितले, ''तुम्ही दोघं जा! बाजारातून वस्तू खरेदी करा. तुमची खरेदी पाहूनच मी तुमच्यापैकी एकाची निवड करीन.''

एक जण बाजारात गेला. दुसरा म्हणाला, ''महाराज, ही फार अवघड बाब आहे. ही परीक्षा देणं अत्यंत कठीण आहे.''

''त्यात काय कठीण आहे?'' राजाने हसत विचारलं.

''महाराज, कोणतीही वस्तू बघितली, तरी ती वस्तू विकत घेण्याची माझी कधीच इच्छा होत नाही. असा माझा स्वभावच बनलाय आणि आपण म्हणताय म्हणून मी एखादी वस्तू विकत घेतलीच, तर पैसे खर्च झाले म्हणून माझी हृदयक्रिया बंद पडून मी मरून जाईन, असं मला वाटतं.''

राजाने एकदम टाळी वाजवली. त्याने ताबडतोब मंत्र्याला आज्ञा दिली, ''ह्या माणसाला मी निवडलं आहे. ह्याच्याइतका कंजूष माणूस साऱ्या जगात सापडणार नाही. ह्याला पाच हजाराचं बक्षीस देऊन टाका.''

२५. चिमणी आणि द्वाड हत्ती

एक उंचच उंच मोठा डोंगर होता. त्याच्या पायथ्याशी एक घनदाट अरण्य होतं. या अरण्यात निरनिराळे पशु-पक्षी राहायचे. अरण्यातल्या एका छोट्याशा झुडपावर एक चिमणी राहायची. तिने त्या झुडपात आपलं घरटं बांधलं होतं. त्यात तिची इवली-इवली पिलंही होती. चिमणी आपल्या पिलांसह तिथे सुखाने राहत होती.

त्या अरण्यात हत्तींचा एक मोठा कळपही राहत होता. त्या कळपाचा एक राजा होता. हा राजा खूप प्रेमळ आणि न्यायी होता. तो आपल्या कळपातल्या सर्व हत्तींची नीट काळजी घेत असे. तसेच तो हत्तींना गैरवर्तन करू देत नसे.

त्याच कळपात एक तरुण हत्ती होता. तो अतिशय द्वाड होता. हा द्वाड हत्ती उगाचच इतर हत्तींच्या खोड्या काढत असे. हत्तींच्या राजाने त्याला वेळोवेळी खूप समजावून सांगितलं. पण तो द्वाड हत्ती राजाचं काही ऐकेना.

एक दिवस त्या द्वाड हत्तीने कळपातल्या एका लहान हत्तीला खूप मारलं. ते पाहून हत्तींचा राजा त्या द्वाड हत्तीवर खूप चिडला. तेव्हा द्वाड हत्ती राजाशी भांडून कळप सोडून निघून गेला. इतर हत्तींनी त्याला 'जाऊ नकोस' असं खूप सांगितलं. पण तो कोणाचंच न ऐकता निघून गेला.

एकदा हा हत्तींचा कळप चिमणी राहत होती त्या झुडपाशी आला. कळपातले हत्ती तेथील झाडांची पानं खाऊ लागले. त्यांच्या पायाखाली लहान-लहान झुडपं चेंगरू लागली. ते पाहून चिमणी फारच घाबरून गेली. तिने हत्तींच्या राजाला झुडपाची नासधूस न करण्याची विनंती केली. राजाने तिला तिच्या झुडपाचं रक्षण करण्याचं वचन दिलं. राजा हत्ती त्या झुडपाला आपल्या पोटाखाली घालून उभा राहिला.

सर्व हत्तींचं चरून झाल्यावर राजा हत्तीने त्यांना नदीवर पाणी प्यायला जाण्याचा हुकूम केला.

सर्व हत्ती निघून गेल्यावर राजा हत्ती त्या चिमणीला म्हणाला, ''मी माझ्या वचनाप्रमाणे वागलो. तुझं, तुझ्या पिलांचं रक्षण केलं. परंतु माझ्या कळपातून बाहेर पडलेला एक द्वाड हत्ती आहे. त्याच्यापासून तू सावध रहा.'' इतकं सांगून तो राजा हत्ती तिथून निघून गेला. राजा हत्ती जाताना चिमणीने त्याचे मनापासून आभार मानले.

चिमणी आपल्या घरट्यात परतली. घरट्यात येऊन राजा हत्तीने जाताना उच्चारलेल्या वाक्याचा ती विचार करू लागली.

तिला वाटलं, 'हत्ती जरी कितीही द्वाड असला, तरी त्याला माझं हे झुडुप उद्ध्वस्त करून काय मिळणार? माझं हे घरटं मोडून आणि माझ्या इवल्याशा पिलांना मारून काय मिळणार?'

चिमणीला असंही वाटलं, 'जर तो द्वाड हत्ती इथे आलाच, तर मी त्याला नम्रपणे माझ्या घरट्याचं आणि पिलांचं रक्षण करायची विनंती करीन.'

दुसऱ्याच दिवशी तो द्वाड हत्ती दणादण पावलं टाकत चिमणीच्या झुडपाशी आला. आपल्या डोक्याच्या धडकांनी मोठमोठाली झाडं जमीनदोस्त करू लागला. लहान-लहान झुडपं तुडवू लागला.

चिमणी लगेच आपल्या घरट्यातून बाहेर आली. तिने त्या द्वाड हत्तीला आपलं झुडुप न तुडवण्याची विनंती केली.

त्यावर तो द्वाड हत्ती म्हणाला, "तू तर एवढीशी चिमणी. तुझी माझ्याशी बोलण्याचीसुद्धा लायकी नाही. मी तुझं म्हणणं का ऐकू?" असं म्हणून त्या हत्तीने चिमणीचं घरटं असलेलं झुडुप एका क्षणात उद्ध्वस्त केलं. चिमणी भुर्रकन उडून जवळच्या एका झाडावर बसली. तिचं घरटं आणि पिलं मात्र नाहीशी झाली!

उद्ध्वस्त झालेलं आपलं घरटं, आपली पिलं बघून संतापाने थरथरत ती चिमणी त्या द्वाड हत्तीला म्हणाली, "तू जरी शरीराने बलाढ्य असलास, तरी तुझ्या या दुष्ट कृत्याचा परिणाम तुला लौकरच भोगावा लागेल." असं म्हणून ती चिमणी जंगलात उडून गेली.

उडता-उडता तिला एका झाडाच्या फांदीवर एक कावळा बसलेला दिसला. त्या कावळ्याची अणकुचीदार चोच पाहून तिला एक कल्पना सुचली. ती संतापाने पेटलेली चिमणी त्या कावळ्याजवळ जाऊन बसली. तिने हत्तीने केलेला दुष्टपणा त्या कावळ्याला सांगितला आणि कावळ्याला त्या दुष्ट हत्तीचे डोळे फोडण्याची विनंती केली. कावळ्याने चिमणीची विनंती मान्य केली.

एक दिवस तो दुष्ट हत्ती फिरत असताना कावळ्याने संधी साधली आणि त्या दुष्ट हत्तीचे दोन्ही डोळे फोडून त्याला आंधळा केला.

हत्तीला आंधळं केल्यावर कावळा चिमणीपाशी आला. त्याने तिला हत्तीला आंधळं केल्याची बातमी सांगितली. चिमणीने कावळ्याचे आभार मानले.

नंतर चिमणी तिथून निघून गेली. आंधळा हत्ती पाण्यासाठी इकडं-तिकडं भटकताना तिला दिसला. ते पाहताच तिने एका बेडूक मित्राला गाठलं. त्याला आपली कहाणी सांगितली. त्याला मदत करायची विनंती केली.

चिमणी बेडकाला म्हणाली, ''मला मदत कर रे ! तो आंधळा हत्ती पाण्यासाठी अरण्यात इकडं-तिकडं भटकतो आहे. तू एका उंच कड्यावर जा, तिथं 'डराँव डराँव' असं मोठ्याने ओरड. तुझा आवाज ऐकून हत्ती तिथं येईल. तो तिथं आला की, तू खोल दरीत उतर. तिथून पुन्हा 'डराँव डराँव' ओरडू लाग. तुझं ओरडणं ऐकून हत्तीला वाटेल की, पाणी तिथं आहे. तुझ्या आवाजाच्या दिशेने येताच तो आंधळा असल्याने कड्यावरून दरीत कोसळेल आणि त्याला चांगलाच मार बसेल.''

चिमणीच्या सांगण्याप्रमाणे बेडूक एका उंच कड्यावर गेला. तिथून तो 'डराँव डराँव' असा आवाज करू लागला. तो आवाज ऐकताच हत्तीला वाटलं की, ज्या अर्थी बेडूक ओरडतो आहे, त्या अर्थी तिथंच कुठंतरी पाणी असलं पाहिजे. हत्ती त्या आवाजाच्या दिशेने नेमका त्या उंच कड्यावर गेला.

हत्ती कड्यावर आल्याचं पाहताच बेडूक दरीत उतरला आणि ओरडू लागला. तसा हत्ती त्या रोखाने पुढे निघाला; पण आंधळा असल्यामुळे आपण कड्याच्या टोकावर आहोत आणि खाली खोल दरी आहे, हे त्याला कळलंच नाही. बेडकाच्या आवाजाच्या रोखाने पुढं पाऊल टाकताच तो धाडकन दरीत कोसळला आणि भयंकर जखमी झाला.

ते पाहून चिमणी त्याच्याजवळ गेली आणि म्हणाली, ''तू आंधळा झाल्याने मला पाहू शकत नसशील; पण मी तीच चिमणी आहे, जिचं घरटं आणि पिलू तू उगाचच तुझ्या मस्तीत तुडवलस. त्याचाच परिणाम तू भोगतो आहेस. कळलं!''

चिमणीचं बोलणं ऐकून हत्ती म्हणाला, ''तुझं म्हणणं खरं आहे. मी जर माझ्या कळपात असतो, तर आमच्या राजाने मला असं गैरवर्तन करूच दिलं नसतं. पण मला माझ्या शक्तीचा गर्व झाला होता, म्हणून मी आमचा कळप सोडला. त्याचंच फळ मला मिळालं,'' असं म्हणून हत्तीने आपले प्राण सोडले.

२६. कोल्हा आणि सिंह

एक होतं जंगल, त्यात खूप सारे प्राणी राहायचे. त्यात काही सिंहही होते. त्यांचा एक राजा होता. हा राजा एका गुहेत राहायचा. ती गुहा खूप मोठी होती.

एक दिवस राजाने गुहेसमोर सर्व सिंहांची सभा बोलावली. सर्व सिंह तिथे जमा झाले. सर्वांनी एकसाथ गर्जना सुरू केल्या. ही त्यांची नेहमीची खूप मोठ्याने राजाला प्रणाम करायची रीत होती. त्यांच्या गर्जना सर्व रानात घुमू लागल्या.

त्या गुहेजवळच एक टेकडी होती. तिथे एक कोल्हा राहायचा. त्याला या गर्जना मुळीच आवडत नसत. कोल्हा खूप चिडला. सिंहांची तोंडं बंद करायचा त्याने निश्चय केला. कोल्ह्याने लगेच कोल्हेकुईला सुरुवात केली.

कोल्हेकुई ऐकून सर्व सिंह एकदम चुपचाप बसले. सिंहराजाजवळच त्याचा बच्चा बसला होता. सर्व सिंह चुपचाप बसलेले पाहून त्याला आश्चर्य वाटलं.

त्याला वाटलं, 'सर्व सिंह घाबरले असावेत.'

त्याने आपल्या वडिलांना विचारलं, ''बाबा, सर्व सिंह एकदम चूप का बसले? कोल्हेकुईला घाबरले आहेत का ते?''

आपल्या बच्चाचा प्रश्न ऐकून सिंहराजा म्हणाला, ''बाळ, तुझी अगदीच उलटी समजूत झाली आहे. कोल्हा हा अगदीच क्षुद्र प्राणी आहे. त्याला कशाला घाबरायचं? परंतु कोल्हेकुईबरोबर सिंहगर्जना करणं अगदीच कमीपणाचं आहे. अशा क्षुद्र प्राण्याशी न बोलणंच योग्य, तेव्हा तूही एक गोष्ट लक्षात ठेव. आपल्या बरोबरीच्याच प्राण्यांशी बोलत जा. क्षुद्र प्राण्यांशी संबंधच ठेवू नकोस.''

२७. शेतकरी आणि खेकडा

एक शेतकरी होता. त्याचं खूप मोठं शेत होतं. शेताच्या काठावर एक छोटंसं डबकं होतं. त्यातलं पाणी अतिशय स्वच्छ होतं. त्यामुळे त्या डबक्यात मासे वगैरे राहत नसत.

एकदा खूप पाऊस पडला. शेतकऱ्याच्या गावातील नदीला मोठा पूर आला. पुरात एक खेकडा वाहत-वाहत गेला. शेतकऱ्याच्या शेताच्या काठावर असलेल्या डबक्यात येऊन पडला. पूर ओसरला; परंतु खेकडा मात्र त्या डबक्यातच अडकून पडला. डबक्यात मासे वगैरे नसल्यामुळे खेकड्याला खायला काहीच मिळेना. उपासमारीमुळे आठच दिवसांत तो अतिशय रोडावला. त्याच्यात चालण्याचेही त्राण नव्हते.

एके दिवशी शेतकरी हातपाय धुण्यासाठी त्या डबक्याजवळ आला. हातपाय धुताना त्याला तो रोडावलेला खेकडा दिसला. शेतकऱ्याला खेकड्याची दया आली. त्याने खेकड्याला आपल्या उपरण्यात गुंडाळलं आणि तो घरी आला. घरी येताच त्याने खेकड्याला भाकरी खाऊ घातली आणि परत त्याला डबक्यात नेऊन सोडलं.

दुसऱ्या दिवशी शेतकऱ्याने न विसरता खेकड्यासाठी एक भाकरी नेली. रोज तो शेतकरी खेकड्यासाठी काही ना काहीतरी खाणं नेऊ लागला. साहजिकच त्याची आणि खेकड्याची खूप मैत्री झाली.

डबक्याजवळच एक मोठं वडाचं झाड होतं. त्या झाडावर एक कावळा आणि कावळी राहत होते. एके दिवशी शेतकऱ्याने खेकड्यासाठी भाकरी आणली. खेकडा भाकरी खात असताना कावळीने ती भाकरी पळवून नेण्याचा प्रयत्न केला. शेतकरी बाजूलाच उभा होता. त्याने हा प्रकार पाहताच एक दगड उचलला आणि कावळीला मारला. कावळी भाकरी तिथेच टाकून पळून गेली.

कावळीला शेतकऱ्याचा फार राग आला. तिने घडलेली हकीकत कावळ्याला सांगितली.

ती म्हणाली, ''तुम्ही या शेतकऱ्याचा बदला घेतला पाहिजे.''

त्यावर कावळा म्हणाला, ''आपण तर दुर्बल पक्षी. माणसाचा बदला घेणं

आपल्याला कसं शक्य आहे?''

त्यावर कावळीने त्याला एक युक्ती सांगितली. ती म्हणाली, ''या आपल्या झाडाखाली एक नाग राहतो. तुम्ही दोन दिवस त्याची सेवा करा आणि त्याला खुश करा. नाग प्रसन्न झाला की, तुम्ही त्याला शेतकऱ्याला दंश करायला सांगा. तो तुमचं नक्की ऐकेल.''

कावळ्याला कावळीची युक्ती पसंत पडली. तो दुसऱ्याच दिवसापासून नागाची सेवा करू लागला.

हळूहळू उन्हाळा जवळ आला. उन्हामुळे डबक्यातलं पाणी आटू लागलं. पाणी आटतंय, असं पाहून डबक्यातला खेकडा फारच घाबरून गेला.

शेतकरी जेव्हा खेकड्यासाठी दुपारचं जेवण घेऊन आला, तेव्हा खेकडा त्याला म्हणाला, ''शेतकरीदादा, या डबक्यातलं पाणी आटत चाललंय, कृपा करून मला नदीत सोडा.''

शेतकरी त्याला म्हणाला, ''तू जरा दोन-तीन दिवस थांब. मला शेतात फारच काम आहे. मग नक्की सोडीन.''

शेतकऱ्याने दोनच दिवसांत आपली शेतातली कामं उरकली. तिसऱ्या दिवशी सकाळीच तो डबक्यापाशी आला.

खेकड्याला म्हणाला, ''मला आज शेतात फारसं काम नाही, तेव्हा दुपारच्या जेवणानंतर मी तुला नदीत सोडेन.''

शेतकऱ्याचं बोलणं ऐकून खेकड्याला खूप आनंद झाला. त्याने शेतकऱ्याचे आभार मानले. शेतकरी आपल्या घरी परतला.

शेतकऱ्याचं आणि खेकड्याचं बोलणं बाजूच्याच वडाच्या झाडावर राहणाऱ्या कावळा कावळीने ऐकलं. त्यांनी ठरवले की, दुपारी जेव्हा शेतकरी खेकड्याला नदीत सोडायला जाईल, तेव्हाच नागाला त्याला दंश करायला सांगायचं.

कावळा उडून झाडाखाली आला. त्याने नागाच्या बिळापाशी येऊन नागाला हाक मारली. कावळ्याने नागाला शेतकऱ्याला दंश करण्याची विनंती केली. नाग या गोष्टीला कबूल झाला.

दुपार झाली. नेहमीप्रमाणे शेतकरी खेकड्याचं जेवण घेऊन डबक्यापाशी आला. त्याने खेकड्याला जेवण दिलं. खेकड्याचं जेवण होताच त्याने खेकड्याला उपरण्यात गुंडाळलं आणि तो नदीच्या दिशेने चालू लागला.

नदीच्या वाटेवर एक भलामोठा दगड पडला होता. नाग त्याच्यामागे लपून बसला. शेतकरी दगडापाशी आला. त्याबरोबर नागाने झटकन शेतकऱ्याला दंश केला.

दंश झाल्याबरोबर शेतकरी धाडकन जमिनीवर कोसळला. शेतकरी का पडला, हे पाहण्यासाठी खेकडा उपरण्यातून बाहेर आला. शेतकऱ्याचं काय झालं, हे पाहण्यासाठी नेमका त्याच वेळी कावळाही शेतकऱ्याच्या जवळ आला.

खेकड्याला वाटलं, 'या कावळ्यानेच काहीतरी केल्यामुळे शेतकरी खाली पडला असावा. त्याने पटकन आपल्या टोकदार आकड्यात कावळ्याची मान पकडली, एकदम घट्ट. कावळा मोठमोठ्याने ओरडून नागाला बोलवू लागला. कावळ्याचं ओरडणं ऐकून नाग धावत आला. खेकड्याने कावळ्याला पकडलेलं पाहून नाग खेकड्याला दंश करायला पुढे झाला. त्याने मान पुढे करताच खेकड्याने झटकन आपल्या दुसऱ्या आकड्यात त्याचीसुद्धा मान पकडली. खेकड्याने दोघांच्याही माना घट्ट आवळून धरल्या. खेकड्याची पकड इतकी घट्ट होती की, नाग पुरता गांगरून गेला. त्याने खेकड्याला सर्व हकिकत सांगितली. खेकड्याच्या लक्षात आलं की, हे सर्व कारस्थान कावळ्याचंच आहे.

खेकडा म्हणाला, "जर तुझी सुटका व्हावी, असं वाटत असेल, तर ताबडतोब या शेतकऱ्याच्या अंगात भिनत चाललेलं विष शोषून घे. तरच मी तुला सोडून देईन; समजलं?"

नाग या गोष्टीला कबूल झाला. खेकड्याने त्याची मान सोडली. पण त्याची शेपटी मात्र घट्ट पकडून ठेवली.

शेपटी खेकड्याच्या आकड्यात अडकली असल्यामुळे नागाचा नाईलाज झाला. त्याने गुपचुप शेतकऱ्याच्या अंगात भिनत चाललेलं विष शोषून घेतलं. हळूहळू शेतकरी शुद्धीवर आला. शेतकरी शुद्धीवर आलेला पाहून खेकड्याने नागाला सोडून दिलं.

नाग तिथून धूम पळाला. खेकड्याने मात्र कावळ्याची मान आपल्या धारदार आकड्याने कापून टाकली. कावळा तिथंच मरून पडला.

शेतकरी आता पूर्ण शुद्धीवर आला होता. तो उठून उभा राहिला. त्याने बाजूला मरून पडलेल्या कावळ्याकडे पाहिलं आणि खेकड्याला काय प्रकार घडला, ते विचारलं. खेकड्याने त्याला सर्व प्रकार सांगितला.

शेतकऱ्याने खेकड्याचे आभार मानले. परत त्याने खेकड्याला उचलून आपल्या उपरण्यात गुंडाळलं आणि नदीत नेऊन सोडलं. खेकडा पुढे आरामात त्या नदीत राहू लागला.

౭౪౭

२८. हत्तीने काढली शाळा

एक मोठं जंगल होतं. जंगलामध्ये वाघ होते, सिंह होते, हत्ती होते, गेंडे होते. अस्वल, कोल्हे, लांडगे, ससे, चित्ते, हरीण आणि झाडावरून उड्या मारणारी माकडंदेखील होती. या सर्व जनावरांची पिलं दिवसभर जंगलातून इकडून तिकडे भटकत राहायची. त्यांना काहीही काम नव्हतं. खायचं-प्यायचं आणि दिवसभर दंगामस्ती करायची. पिलं फारच खोडकर होती. माकडाचं पिलू तर फारच खोडकर होतं. झाडावरची कच्ची किंवा पक्की फळं ते भराभर तोडायचं. झाडावर बसून कुरतडून खायचं आणि बिया, साल इतर पिलांच्या अंगावर उडवायचं. मग त्यातूनच भांडण व्हायचं. भांडण सोडवता सोडवता जनावरांना जीव नको व्हायचा.

हत्तीने ठरवलं, 'जंगलातल्या जनावरांच्या पिलांसाठी एक छान शाळा काढायची. जंगलातल्या पिलांना शिस्त लावायची.'

एका मोकळ्या जागेत हत्तीने आपली शाळा थाटली. शाळेवर शाळेच्या नावाची पाटी लटकली - 'वनशारदा.'

दुसऱ्या दिवशी जनावरांची पिलं उड्या मारत-मारत शाळेत आली. सिंहाच्या छाव्याने घातला होता झुलीचा अंगरखा, तर अस्वलाच्या पिलानं घातला होता केसाळ झगा. हरीणांच्या पिलाने नेसला होता ठिपक्या ठिपक्यांचा परकर, तर वाघोबाच्या पिलाने घातला होता चट्ट्यापट्ट्यांचा बुशशर्ट. कुणी घातली होती पँट, तर कुणी नेसली होती लुंगी. कुणाची होती नुसतीच चड्डी. माकडाच्या पिलाने तर कमालच केली; कपडे न घालताच स्वारी शाळेत आली. हत्तीसरांनी सर्व पिलांवरून नजर फिरवली. सोंड हलवून आपली नापसंती दर्शवली.

''अंहं! असं नाही शाळेत यायचं. सगळ्यांचा गणवेश हवा. पांढरा शर्ट - निळी पँट, पांढरा ब्लाऊज-निळा स्कर्ट. त्यावर हवा शाळेचा बिल्ला. केसांचा हवा भांग. पायात हवेत बूट. गळ्यात हवी शाळेची बॅग. बॅगेत हवी पाटी, पुस्तक, पेन्सिल. आता सगळे घरी जा. उद्या गणवेशात शाळेत या.''

सर्व पिलं पळत सुटली. धावता-धावता गेंड्याच्या पिलाची पाटीच फुटली.

दुसऱ्या दिवसापासून शाळा सुरू झाली. अभ्यासदेखील सुरू झाला. शाळेची शिस्त कडक होती. परंतु शाळेत नाच, गाणी, खेळ असल्यामुळे पिलांची खूपच मजा होती. सगळी पिलं शाळेत यायची, मन लावून अभ्यास करायची. मात्र सिंहाचा छावा

शाळेला दांडी मारायचा. माकडाचं पिलू बाहेरच हुंदडायचं. हत्तीसर त्यांना खूप समजवायचे. कधी-कधी धाक देखील दाखवायचे; पण ती मुळीच ऐकत नसत. शेवटी व्हायचं ते झालं! वार्षिक परीक्षेत बरीच पिलं पास झाली; मात्र सिंहाचा छावा आणि माकडाचं पिलू नापास झालं. हत्तीसरांना खूपच वाईट वाटलं, पण त्याला काही इलाज नव्हता.

छावा नापास झाल्याचं कळताच सिंहमहाराज खूपच रागावले. गर्जना करत ते शाळेत आले.

''कुठं आहेत हत्ती सर? माझ्या छाव्याला नापास का केला? त्याला आधी पास करा. नाहीतर एका उडीत डोकंच फोडून टाकीन.'' सिंहाने आपला जबडा पसरला.

हत्तीसर खुर्चीत बसले होते. नाकावर चष्मा होता. हातात पेन होतं. सिंहाची गर्जना ऐकून ते घाबरले नाहीत, खुर्चीवरून उठले नाहीत. शांतपणे त्यांनी सिंहमहाराजांना बसायला सांगितलं. सिंहमहाराज खुर्चीत बसले.

हत्तीसर बोलू लागले. ''सिंहमहाराज, तुमच्या छाव्याने शाळेचा अभ्यास केला नाही. शाळेची शिस्त पाळली नाही. शाळेला तो दांड्या मारी. शाळेत आलाच, तर मस्ती करी, इतर पिलांना सतावून सोडी. अभ्यास केल्याशिवाय पिलं शहाणी कशी होणार? कच्ची पिलं पास करून वरच्या वर्गात पाठवली, तर त्या पिलांचंच नुकसान नाही का होणार? तुमचा छावा हुशार आहे. परंतु मुलखाचा उनाड आणि आळशी आहे. त्याला स्वतःला अभ्यास करू द्या. पास होऊन वरच्या वर्गात जाऊ द्या. त्यात त्याचं हित आहे. माझ्या शाळेची हीच रीत आहे. तुमच्या गर्जनेला मी घाबरणार नाही. शाळेचा नियम मोडणार नाही.''

हत्तीसरांचं बोलणं ऐकून सिंहमहाराज शांत झाले, मनातल्या मनात खुश झाले.

आयाळीवरून हात फिरवत ते म्हणाले, ''हत्तीसर, क्षमा करा. मी तुमची परीक्षा पाहिली. माझा छावा नापास झाला. परंतु माझ्या परीक्षेत तुम्ही मात्र पास झालात. तुम्ही धीट आहात, हुशार आहात, प्रामाणिक आहात. तुम्हीच शाळा चालवायला योग्य आहात. मी तुमची शिफारस करतो. आदर्श शिक्षक म्हणून गौरव करतो.''

सिंहमहाराजांनी हत्तीसरांची पाठ थोपटली. हत्तीसर खुश झाले. सगळी पिलं गोळा झाली. टाळ्या वाजवून नाचू लागली.

৪০৪০